የዮሴፍ ሕይወት

መሥሪያ መጽሐፍ

የዮሴፍ ሕይወት መሥሪያ መጽሐፍ
ከጂውሽ ቮይስ ኢንተርናሽናል ጋር በመተባበር የተዘጋጀ

መብቱ ሁሉ የተጠበቀ። ይህን መሥሪያ መጽሐፍ የሚገዛ ሰው በግሉ ወይም ክፍል ውስጥ ብቻ እንጂ፣ ለሽያጭ ሊጠቀምበት አይገባም። ከላይ ያለው እንዷ ተጠበቀ ሆኖ፣ ከአሳታሚው በጽሑፍ ፈቃድ ሳይገኝ፣ ይህን መሥሪያ መጽሐፍ በሙሉ ወይም በከፊል ማተም ወይም ማባዛት አይፈቀድም።

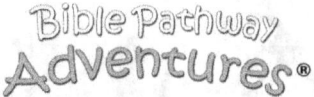

ባይብል ፓዝዌይ አድቬንቸር የBPA አታሚ ንግድ ምልክት ነው።

ISBN: 978-1-989961-97-1

ዲራሲ - ረዳት መሥራች ፒፕ ሬይድ
ዳይሬክተር - ረዳት መሥራች ከርቲስ ሬይድ

ከለር የሚደረጉትን ገጾች ጨምሮ መጽሐፍ ቅዱስ ማጥኛዎችን፣ መሥሪያ ገጾችን፣ ጥያቄና መልሶችንና ሌሎች ነገሮች በተመለከተ ቀጥሎ ያለው ዌብሳይታችንን ይጎብኙ

www.biblepathwayadventures.com

www.jewishvoice.org

Jewish Voice Ministries International

◇ መግቢያ ◇

‹‹ልጅን የሚሄድበትን መንገድ አስተምረው፤ በሚሸምግልበት
ጊዜ ከዚያ ፈቀቅ አይልም።››
(ምሳሌ 22፥6)

ጂዊሽ ቮይስ ኢንተርናሽናል በዓለም ዙሪያ ላሉ ልጆች ዜሕራ ሕፃናት በተሰኘ የትምህርት ፕሮግራም መጽሐፍ ቅዱስ ማጥኛ ለማዘጋጀት ከባይብል ፓዝዌይ አድቬንቸር ጋር ይሠራል፡ ፡ ይህ መሥሪያ መጽሐፍ በሰማያዊ ጥሪ እና ዓላማ ያድጉ ዘንድ ትውልድ እንዲባረክበት እንጸልያለን።

ባይብል ፓዝዌይ አድቬንቸር አዝናኝ በሆነና ፈጠራ በታከለበት መንገድ ለልጆች መጽሐፍ ቅዱሳዊ እምነት እንዲያስተምሩ መምህራንን ይረዳል። ይህንንም የምናደርገው www.biblepathwayadventures.com በተሰኘው ዌብሳይታችን ውስጥ በሚገኘው ስዕላዊ የታሪክ መጻሕፍት፣ መሥሪያ መጻሕፍት እና በሌሎች ሕትመት ውጤቶች አማካይነት ነው።

ZEHRA kids

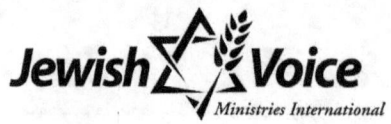

Jewish Voice Ministries International

ማውጫ

Jewish Voice Ministries International

ትምህርት 1 | የትምህርቱ ዕቅድ

ዮሴፍ ሕልመኛው

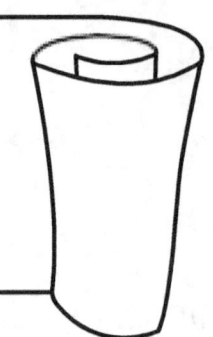

አስተማሪው :- ______________________________

የዛሬው የመጽሐፍ ቅዱስ ምንባብ፡- ዘፍጥረት 37፡1-11

የእንኳን መጣችሁ ጸሎት፡-
ትምህርቱን ከመጀመርህ በፊት ከልጆቹ ጋር አጭር ጸሎት አድርግ።

የትምህርቱ ግቦች፡-
በዚህ ትምህርት ልጆቹ፡-
1. ያዕቆብ ለዮሴፍ ለምን የሚያምር ኮት እንደ ሰጠው
2. ለሁለቱ የዮሴፍ ሕልሞች ቤተ ሰቡ የሰጠውን ምላሽ ይማራሉ

ይህን ታውቃላችሁ?
የያዕቆብ የመጀመሪያ ልጅ ሮቤል የእርሱን የተለየ የብኩርና መብት ያዕቆብ አንሥቶ ለዮሴፍ መስጠቱ በጣም አናደደው
(1 ዜና መዋዕል 5፡1-2)

የመጽሐፍ ቅዱስ ትምህርት ዳሰሳ፡-
በከነዓን ምድር ያዕቆብ (እስራኤል) የሚባል ታላቅ የጐሳ መሪ ይኖር ነበር። አራት ሚስቶችና ብዙ ወንዶች ልጆች ነበሩት። ከልጆቹ ሁሉ ያዕቆብ ዮሴፍን በጣም የበለጠ ይወደው ነበር፡ ፡ ምን ያህል እንደሚወደው ለሁሉም ለማሳየት በጣም የሚያምር ኮት ለዮሴፍ ሰጠው። የዮሴፍ ወንድሞች ቀኑበት! ውሎ አድሮ ዮሴፍ ሁለት ሕልሞች አየ። በመጀመሪያ ሕልም የዮሴፍ ቤተ ሰብ የእህል ነዶ እያሰረ ነበር። የእነርሱ ነዶዎች ለዮሴፍ ነዶ ወድቀው ሰገዱ። የዮሴፍ ወንድሞች ደስ አላላቸውም። ‹‹ምናልባት እኛ ላይ ንጉሥ ትሆን ይሆናል። እኛ ላይ ጥሩ አለቃ ልትሆን ነው!›› በማለት ቀለዱበት። በኋላም ዮሴፍ ሌላ ሕልም አየ። ዮሴፍም፣ ‹‹በዚህኛው ሕልም ፀሐይ፣ ጨረቃና አሥራ አንድ ኮከቦች ለእኔ ወድቀው ሰገዱ!›› አላቸው። የዮሴፍ ወንድሞች እነዚህን ሕልሞች በፍጹም አልወደዷቸውም!

ትምህርቱን እንከልስ፡-

ለተማሪዎቹ ጥያቄዎች፡-

1. ያዕቆብ በጣም የሚወደው ልጅ ማን ነበር?
2. የዮሴፍ ሥራ ምን ነበር?
3. የዮሴፍ አባት የሚያምር ኮት የሰጠው ለምንድነው?
4. የዮሴፍ ወንድሞች የጠሉት ለምንድነው?
5. የዮሴፍን ሕልሞች ግለጹ። ትርጒማቸው ምንድነው?

የእግዚአብሔርን ቃል እንዲያስታውሱ ልጆችን ለመርዳት በቃል የሚያዝ ጥቅስ፡-

‹‹እስራኤል ዮሴፍን በስተርጅናው ስለ ወለደው ከልጆቹ ሁሉ አብልጦ ይወደው ነበር።››
(ዘፍጥረት 37፡3)

የሚደረጉ ነገሮች፡-

መሥሪያ ገጽ፡- ያዕቆብ ማን ነበር?
አጭር የመጽሐፍ ቅዱስ ጥያቄ፡- የዮሴፍ ኮት
ጥናታዊ መሥሪያ ገጽ፡- የዮሴፍ ኮት
ከለር መቀባት፡- ዮሴፍና ወንድሞቹ
መሥሪያ ገጽ፡- የያዕቆብ የዘር ሐረግ
የዜና መጽሔት መሥሪያ ገጽ፡- የከነዓን ዘመን
ከለር መቀባት፡- ዮሴፍ
መሥሪያ ገጽ፡- ቃሉ ምን ይላል?
ዕብራይስጥ እንማር፡- ዮሴፍ

የመዝጊያ ጸሎት

በአጭር ጸሎት ትምህርቱን አብቃ።

Jewish Voice Ministries International

ያዕቆብ ማን ነበር?

ዘፍጥረት 32፥20-32 እና 35፥1-29 አንብቡ። ከታች ያለውን መሥሪያ ገጽ ሙሉ

የትውልድ አገር፦

....

የያዕቆብ አዲስ ስም፦

....

ያዕቆብ .... ሚስቶች እና .... ዕቁባቶች ነበሩት።

ያዕቆብ 12 .... ልጆች ነበሩት፤ ስማቸው .... ነበር።

....

....

....

ያዕቆብ በጣም የሚታወቀው፦

....

....ነበር።

ያዕቆብን የሚገልጡ አምስት ቃሎች

1. ....

2. ....

3. ....

4. ....

5. ....

Jewish Voice Ministries International

የዮሴፍ ኮት

ዘፍጥረት 37፥1-11 አንብቡ።
ከታች ላሉት ጥያቄዎች መልስ ስጡ።

1. ያዕቆብ የት ነበር የሚኖረው? ....
2. ዮሴፍ ዕድሜው ስንት ነበር? ....
3. የዮሴፍ ሁለት ሚስቶች ስም ማን ነበር? ....
4. ያዕቆብ ለዮሴፍ የሰጠው ምን ነበር? ....
5. ያዕቆብ ለዮሴፍ ስጦታ የሰጠው ለምንድነው? ....
6. ያዕቆብ ከእነርሱ አስበልጦ ዮሴፍን እንደሚወደው ሲያዩ ወንድሞቹ ምን አደረጉ? ....
7. ዮሴፍ ያየው ስንት ሕልሞች ነበር? ....
8. የመጀመሪያው የዮሴፍ ሕልም ምን ነበር? ....
9. በሁለተኛው የዮሴፍ ሕልም እነማን ነበር የሰገዱለት? ....
10. ስለ ሁለተኛው የዮሴፍ ሕልም ያዕቆብ ሲሰማ ምን ነበር ያለው? ....

የዮሴፍ ኮት

ለእርሱ የተለየ ነገር በመስጠት ያዕቆብ ለዮሴፍ የነበረውን ፍቅር አሳየ። ዘፍጥረት 37፥3 ላይ ኮት ወይም እጀ ጠባብ ለሚለው የዕብራይስጥ ቃል፣ ‹‹ኬቶኔት ፓሲም›› ሲሆን፣ ‹‹ምርጥ እጀ ጠባብ›› ወይም፣ ‹‹እጀታዎች ያሉት ረጅም ቀሚስ›› ማለት ነው። አንዳንድ የመጽሐፍ ቅዱስ ምሁራን ከዮሴፍ ወንድሞች ኮት የሚለየው ባለ ረጅም እጀታዎች በመሆኑ ሲሆን፣ የወንድሞቹ ግን የተለመደው፣ ‹‹የሠራተኛ ሰው›› እጅጌ ያለው ሊሆን እንደሚችል ይናገራሉ። በዚህ ዘመን የሥራ ኀላፊዎችና አስተዳዳሪዎች በሚለብሱት ሙሉ ልብስ ተለይተው እንደሚታወቁ ሁሉ፣ ዮሴፍም ረጅም እጀታዎች ባሉት ኮቱ ከወንድሞቹ ይለይ ነበር።

ያዕቆብ የሰጠው ኮት ከሌሎች ልጆቹ አስበልጦ ዮሴፍን እንደሚወድ ማረጋገጫ መሆኑን እናውቃለን። ወንድሞቹ ላይ ላለው ሥልጣን ማሳያ ምልክት ነበር። ያዕቆብ ዮሴፍን አብልጦ መውደዱ ምስጢር አልነበረም (ዘፍጥረት 37፥2-3)። የዮሴፍ ወንድሞች ግን ይህን ልብስና ልብሱ የሚወክለውን በጣም ጠሉ። ዮሴፍን በሴኬም ሲያገኙት በመጀመሪያ ያደረጉት ያንን ኮት ከእርሱ ማስወለቅ ነበር (ዘፍጥረት 37፥23)። ምናልባት ዮሴፍን የጠሉት ምንም እንኳ ታናሽ ወንድማቸው ቢሆንም፣ እነርሱ ላይ የነበረውን ሥልጣን ነበር።

ዮሴፍን ከለር ቀቡ!

‹‹ኬቶኔት ፓሲም›› ምን ማለት ነው?

....

የዮሴፍ ወንድሞች የጠሉት ለምን ይመስላችኋል?

....

Jewish Voice Ministries International

<<እስራኤል ለዮሴፍ በኅብረ ቀለማት ያጌጠ እጀ ጠባብ አደረገለት>>

(ዘፍጥረት 37፥3)

Jewish Voice Ministries International

የያዕቆብ ቤተ ሰብ

ዘፍጥረት 29፡32-35፣ 30፡1-26 እና 35፡16-19 አንብቡ።
ከታች ባሉት ሳጥኖች ውስጥ ስማቸውንና የእናቶቻቸውን ስሞች ጻፉ።

የያዕቆብ አሥራ ሁለት ልጆች እነማን ናቸው?

Jewish Voice Ministries International

የዘፍጥረት መጽሐፍ

የከነዓን ዘመን

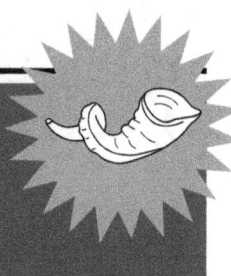

ዘፍጥረት 37 | የከነዓን ምድር | የመጽሐፍ ቅዱስ ታሪክ ሕትመት

እረኞች መልካም ፀባይ አልነበራቸውም

....

....

....

....

....

....

የፍየል ዋጋ ተወደደ

የቤተ ሰብ ፀብ!

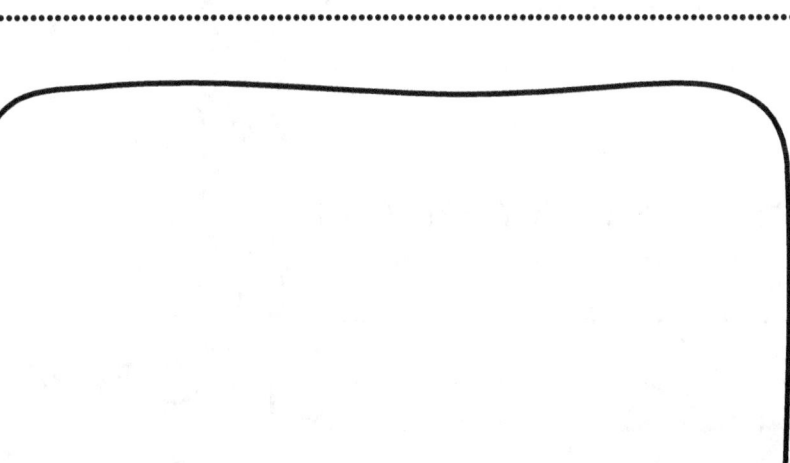

....

....

....

....

ዮሴፍ

ዘፍጥረት 37፥3 አንብቡና የመጽሐፍ ቅዱሱን ጥቅስ ከታች ጻፉ።

....

....

....

1. ያዕቆብ ለዮሴፍ የሰጠው ምንድነው?

....

....

2. የዮሴፍ የመጀመሪያ ሕልም ምን ነበር?

....

....

3. የዮሴፍ ወንድሞች እርሱን ያስወገዱት እንዴት ነበር?

....

....

ከታሪኩ ደስ የሚላችሁን ሳሉ።

የዮሴፍ ሕይወት የሚያስተምረኝ ምንድነው?	እግዚአብሔር ዮሴፍን .... ተጠቀመበት
....	....
....	....

Jewish Voice Ministries International

ቃሉ ምን ይላል?

ሙሴ ግብፃዊ ሰው መግደሉን ፈርዖን ሲሰማ፣ እርሱን መግደል ፈለገ (ዘፀአት 2፡15)። ሙሴ ወደ ምድያም ምድር እንዲሸሽ እርዱት።

<< ዮሴፍም .... አለመ፤ ሕልሙንም ለወንድሞቹ ሲነግራቸው የባሰ ጠሉት። እርሱም እንዲህ አላቸው፤ ‹‹ያየሁትን ሕልም ልንገራችሁ አድምጡኝ፤ እኛ ሁላችንም በእርሻ ውስጥ .... እናስር ነበር፤ የእኔ ነዶ በድንገት ተነሥታ ቀጥ ብላ ቆመች፤ የእናንተም ነዶዎች ዙሪያዋን ከበው ለእኔ ነዶ ....።›› ....፤ ‹‹ለካስ በላያችን .... ታስባለህና! ለመሆኑ አንተ እኛን ልትገዛ!›› አሉት፤ ስለ ሕልሙና ስለ ተናገረው ቃል ከፊት ይልቅ ጠሉት። እንደገናም ሌላ ሕልም አለመ፤ ለወንድሞቹም፣ ‹‹እነሆ ሌላ ሕልም አለምሁ፤ ፀሐይና ....፣ ዐሥራ አንድ ከዋክብትም ሲሰግዱልኝ አየሁ›› ብሎ ነገራቸው። ሕልሙን .... ለወንድሞቹ በነገራቸው ጊዜ፣ አባቱ፣ ‹‹ይህ ያየኸው ሕልም ምንድነው? እኔና እናትህ ወንድሞህም፣ በፊትህ ወደ ምድር ተጎንብሰን በእርግጥ ልንሰግድልህ ነው?›› ሲልገሠጸው። ወንድሞቹ .... አባቱ ግን ነገሩን በልቡ ያዘው። >>

ሕልም
ነዶዎች
ሰገዱለት
ጨረቃ
ወንድሞቹ
ቀኑበት
አባት
ለመንገሥ

ዮሴፍ

ዮሴፍ የያዕቆብና (እስራኤል) የራሔል ልጅ ሲሆን ከዐሥራ አንድ ወንድሞቹና ግማሽ እኅቱ ጋር በከነዓን ምድር ይኖር ነበር። የራሔል የመጀመሪያ፣ የያዕቆብ ግን ዐሥራ አንደኛ ልጅ ነበር። ከልጆቹ ሁሉ አስበልጦ ያዕቆብ ዮሴፍን ይወደው ነበር።

ዮሴፍ

יוֹסֵף

ዮሴፍ

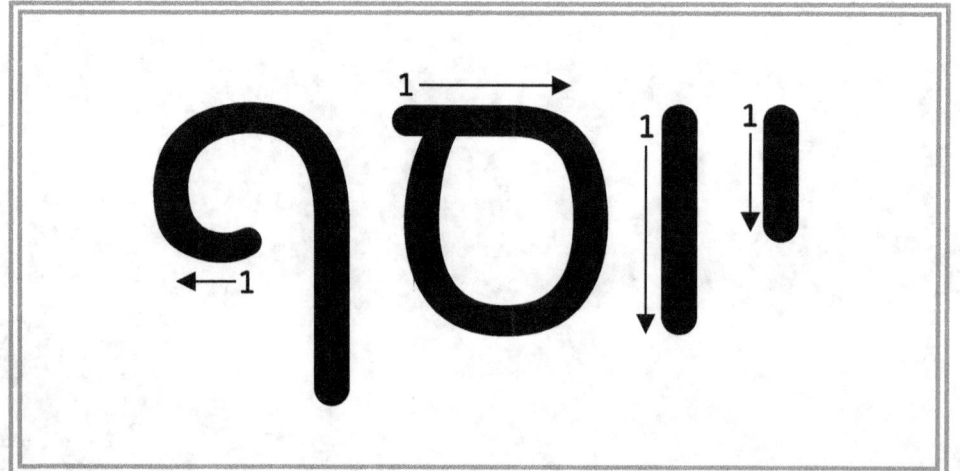

Jewish Voice Ministries International

እንጻፍ!

ከታች ባሉት መስመሮች የዮሴፍን ስም በዕብራይስጥ መጻፍ ተለማመዱ።

יוסף

יוסף

ይህን በራሳችሁ ሞክሩ፤ ዕብራይስጥ
የሚጻፈው ከቀኝ ወደ ግራ መሆኑን አስታውሱ።

Jewish Voice Ministries International

ትምህርት 2 | የትምህርቱ ዕቅድ

ለባርነት ተሸጠ

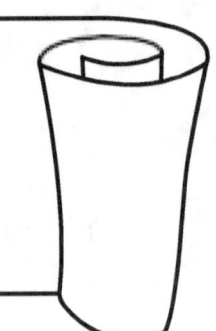

አስተማሪው :- ________________________________

የዛሬው የመጽሐፍ ቅዱስ ምንባብ፡- ዘፍጥረት 37፥18-36 እና 39፥1-3

የእንኳን መጣችሁ ጸሎት፡-
ትምህርቱን ከመጀመርህ በፊት ከልጆቹ ጋር አጭር ጸሎት አድርግ።

የትምህርቱ ግቦች፡-
በዚህ ትምህርት ልጆቹ፡-

1. የዮሴፍ ወንድሞች እንዴት ለባርነት እንደ ሸጡት
2. እንደ ባርያ እንዲሠራ ዮሴፍ ወዴት እንደ ተወሰደ ይማራሉ

ይህን ታውቃላችሁ?
ነጋዴዎች ወደ ግብፅ የሚያመጧቸው ቅመማ ቅመሞች ቤተ መቅደስ ውስጥ ይጨሱ ነበር፣ የታመሙትን ለመፈወስና የፈርዖን ቤተ ሰቦችን አካል ለመቀባት ጥቅም ላይ ይውሉ ነበር።

የመጽሐፍ ቅዱስ ትምህርት ዳሰሳ፡-
የዮሴፍ ወንድሞች የአባታቸውን በጎችና ፍየሎች ለማሰማራት ወደ ሴኬም ሄዱ፤ ያዕቆብም ዮሴፍን፣ ‹‹ሄደህ ወንድሞችህም መንጎቹም ደኅና መሆናቸውን አይተህ ወሬያቸው አምጣልኝ›› አለው። ዮሴፍ ወደ ወንድሞቹ እንደ ደረሰ የለበሳትን በኅብረ ቀለማት ያጌጠች እጀ ጠባቡን ገፈፉት፤ ይዘውም ወደ ጉድጓድ ጣሉት፤ ጉድጓዱም ውሃ የሌለበት ደረቅ ነበር። ወዲያው የእስማኤላውያን ነጋዴዎች ግመል ጉዞ አዩ። ወንድሞቹ ዮሴፍን ከጉድጓድ አውጥተው ለእስማኤላውያን በሃያ ጥሬ ብር ሸጡላቸው፡ ፡ ከዚያም የዮሴፍን እጀ ጠባብ ወሰዱ፤ አንድ ፍየልም ዐርደው እጀ ጠባቡን በደሙ ነከሩት፤ ከዚያም ለያዕቆብ አሳዩት። ያዕቆብ፣ ‹‹ልጄ ሞቶአል›› በማለት አለቀሰ። ነጋዴዎቹ ዮሴፍን ወደ ግብፅ ወስደው ጲጥፋራ ለሚባል ሰው ሸጡት።

ትምህርቱን እንከልስ፡-

ለተማሪዎቹ ጥያቄዎች፡-

1. ወንድሞቹን እንዲያገኝ ያዕቆብ ዮሴፍን የላከው ለምንድነው?
2. ወንድሞቹ ዮሴፍ ላይ ምን አደረጉ?
3. የዮሴፍ ወንድሞች የሸጡት በስንት ጥሬ ብር ነበር?
4. ዮሴፍ ላይ ምን እንደ ደረሰ ነበር ወንድሞቹ ለያዕቆብ የነገሩት?
5. ነጋዴዎቹ ግብፅ ውስጥ ዮሴፍን ለማን ነበር የሸጡት?

የእግዚአብሔርን ቃል እንዲያስታውሱ ልጆችን ለመርዳት በቃል የሚያዝ ጥቅስ፡-

‹‹…ዮሴፍን ከጉድጓድ አውጥተው ለእስማኤላውያን በሃያ ጥሬ ብር ሸጡላቸው፡፡›› (ዘፍጥረት 37፡28)

የሚደረጉ ነገሮች፡-

አጭር የመጽሐፍ ቅዱስ ጥያቄ፡- ለባርነት ተሸጠ
ስዕሉን ማሟላት፡- ጉድጓድ ውስጥ!
የሚሠራ ነገር፡- በግ መሥራት!
ጥናታዊ መሥሪያ ገጽ፡- የያዕቆብ ሚስቶችና ልጆች
መሥሪያ ገጽ፡- ይህን ያለው ማነው?
የሚሠራ ነገር፡- የራስህን የብር ሳንቲም መሥራት
መሥሪያ ገጽ፡- የበረሓ መርከቦች
መልስ መስጠት፤ ከለር መቀባት፡- ነጋዴዎች
የካርታ ሥራ፡- ወደ ግብፅ
መሥሪያ ገጽ፡- የራስህን ፓስፖርት መሥራት!
ጠመዝማዛው መንገድ፡- ለባርነት ተሸጠ
መሥሪያ ገጽ፡- የያዕቆብ (እስራኤል) ልጆች

የመዝጊያ ጸሎት

በአጭር ጸሎት ትምህርቱን አብቃ፡፡

Jewish Voice Ministries International

ለባርነት ተሸጠ

ዘፍጥረት 37፥12-36 አንብቡ።
ከታች ላሉት መልስ ስጡ።

1. የዮሴፍ ወንድሞች እንስሶቻቸውን ለማሰማራት ወዴት ነበር የሄዱት? ....
2. ሄዶ ወንድሞቹን እንዲፈልግ ለዮሴፍ የነገረው ማን ነው? ....
3. ዮሴፍ ወንድሞቹን የት ነበር ያገኛቸው? ....
4. የዮሴፍ ወንድሞች ሲያዩት ምን ነበር ያሉት? ....
5. ዮሴፍን መግደል ያልፈለገው ማን የሚባለው ወንድም ነበር? ....
6. ወንድሞቹ ዮሴፍ ላይ ምን ነበር ያደረጉት? ....
7. የነጋዴዎቹ ግመሎች ምን ነበር የተጫኑት? ....
8. ዮሴፍን ለመግዛት ነጋዴዎቹ ስንት ነበር የከፈሉት? ....
9. የዮሴፍን ኮት የነከሩት በየትኛው እንስሳ ደም ነበር? ....
10. ነጋዴዎቹ ዮሴፍን ወደ የትኛው አገር ነበር የወሰዱት? ....

ጉድጓድ ውስጥ!

ዮሴፍ ወደ ወንድሞቹ ሲመጣ፣ ኮቱን አውልቀው ውሃ ባልነበረበት ጉድጓድ ውስጥ ጣሉት። ስዕሉን ለማሟላት ዮሴፍንና ወንድሞቹን ሳሉ።

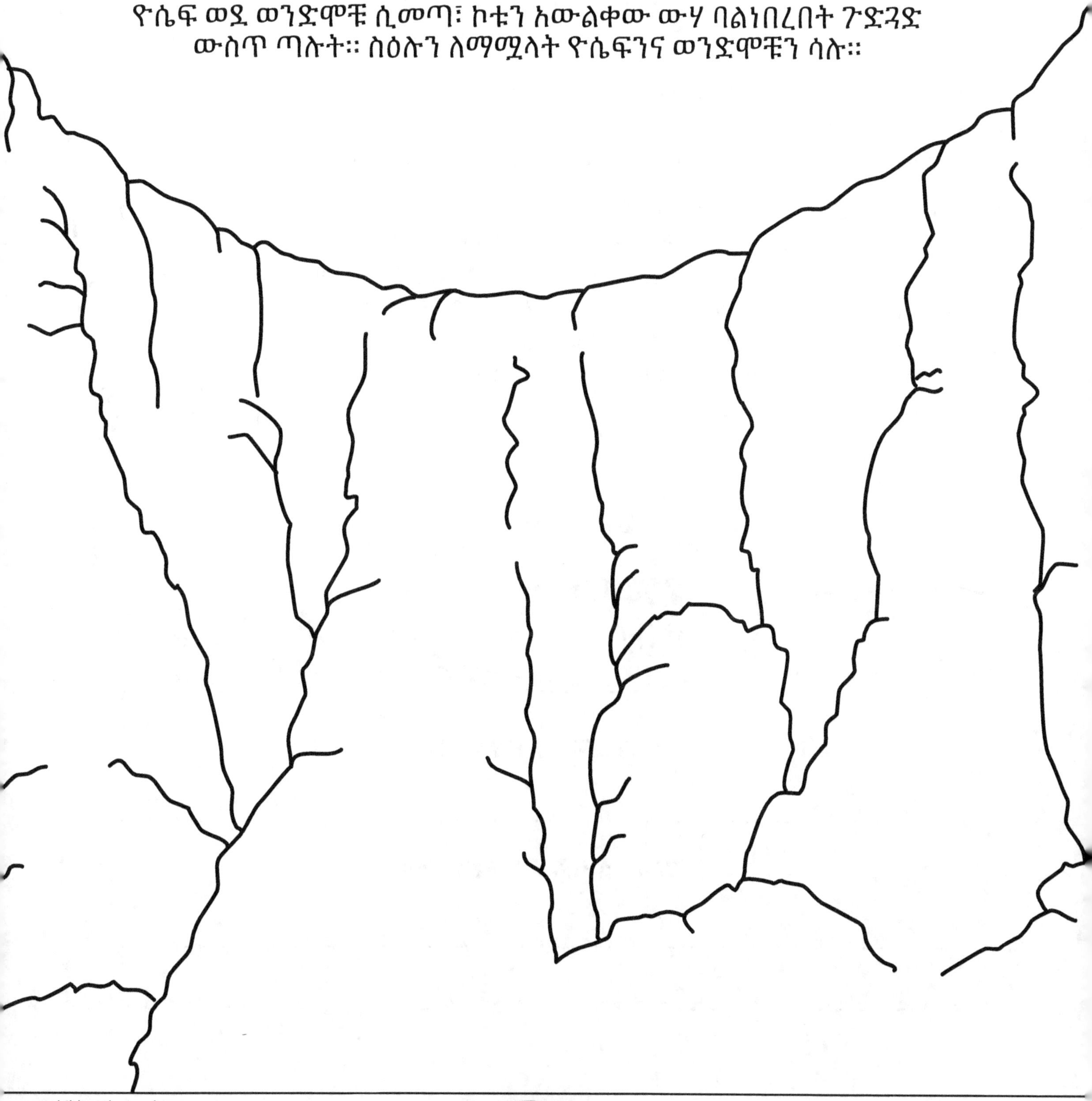

የዮሴፍ ሚስቶችና ልጆች

መጽሐፍ ቅዱስ እንደሚነግረን ያዕቆብ ልያ እና ራሔል የሚባሉ (እኅትማማቾች ናቸው) ሁለት ሚስቶች እንዲሁም ባላ እና ዘለፋ የሚባሉ ሁለት ዕቁባቶች ነበሩት። ያዕቆብ ከእነርሱ ብዙ ልጆች እንዲወልድ ይፈልግ ስለ ነበር ራሔልና ልያ ሴቶቹን አልተቃወሙም (ዘፍጥረት 30፥3፣9)።

እነዚህ አራት ሴቶች አሥራ ሁለት ወንዶች ልጆች ወለዱ። ከልያ የተወለዱት የያዕቆብ የመጀመሪያ ልጅ ሮቤል፣ ስምዖን፣ ሌዊ፣ ይሁዳ፣ ይሳኮርና ዛብሎን ናቸው። የራሔል ልጆች ዮሴፍና ብንያም ናቸው። የራሔል አገልጋይ የባላ ልጆች ዳን እና ንፍታሌም ሲሆኑ፣ የልያ አገልጋይ የዘለፋ ልጆች ጋድ እና አሴር ነበሩ። (ዘፍጥረት 35፥23-26)። ያዕቆብ ዲና የምትባል አንዲት ሴት ልጅ ነበረችው። ባለ እና ዘለፋ ከልያና ከራሔል ዝቅ ያለ ደረጃ ያላቸው መሆኑ ግልጽ ነው፤ የመጀመሪያዎቹ አገልጋዮች ሲሆኑ፣ ልያ እና ራሔል ግን ሚስቶች ነበሩ።

ያዕቆብን ከለር ቀቡ!

የልያ ልጆች እነማን ናቸው?

....

የራሔል ልጆች እነማን ናቸው?

....

የራስህን የብር ሳንቲም ሥራ

ለጥንት እስራኤላውያን፣ ‹‹ገንዘብ›› የሚባለው ወርቅ፣ ብር እና ገብስ ነበር። የዮሴፍ ወንድሞች ለነጋዴዎቹ የሸጡት ለ20 ጥሬ ብር ነበር። ከእህል የበለጠ ብዙ ጊዜ መቆየት ስለሚችል ጥሬ ብር ተወዳጅ ነበር። አንድ ሰው አንድ ነገር ሲገዛ የብሩን ጥራት ለማወቅ ይመዘን ነበር። ብር ለንግድና ለልውውጥ ሲውል፣ ወርቅ ሀብት ለማከማቸት ነበር ጥቅም ላይ የሚውለው።

ከታች ባለው ባዶ ቦታ የራሳችሁን የብር ሳንቲም ሥሩ። አስተሳሰባችሁን ተጠቀሙ!

በገንዘብ የተሠራውን ሰው ከለር ቀቡ!

የበረሓ መርከቦች!

ግመሎች የተለየ መልክ አላቸው! በመካከለኛው ምሥራቅ፣ በአፍሪካና በእስያ በረሓ አካባቢዎች ይኖራሉ። ከቦታ ወደ ቦታ ለመዘዋወር ሰዎች ለብዙ መቶ ዓመታት በግመል ሲጠቀሙ ነበር። ነጋዴዎቹ ዮሴፍን በ20 ጥሬ ብር ከገዙት በኋላ፣ በግመል ወደ ግብፅ ወሰዱት። ጥቂት ጥናት አድርጉና ስለ ግመል ስምንት ነገሮች ዘርዝሩ። የተረዳችሁትን ታች ባሉት ሳጥኖች ውስጥ ጻፉ። ስዕሉን ከለር ቀቡ።

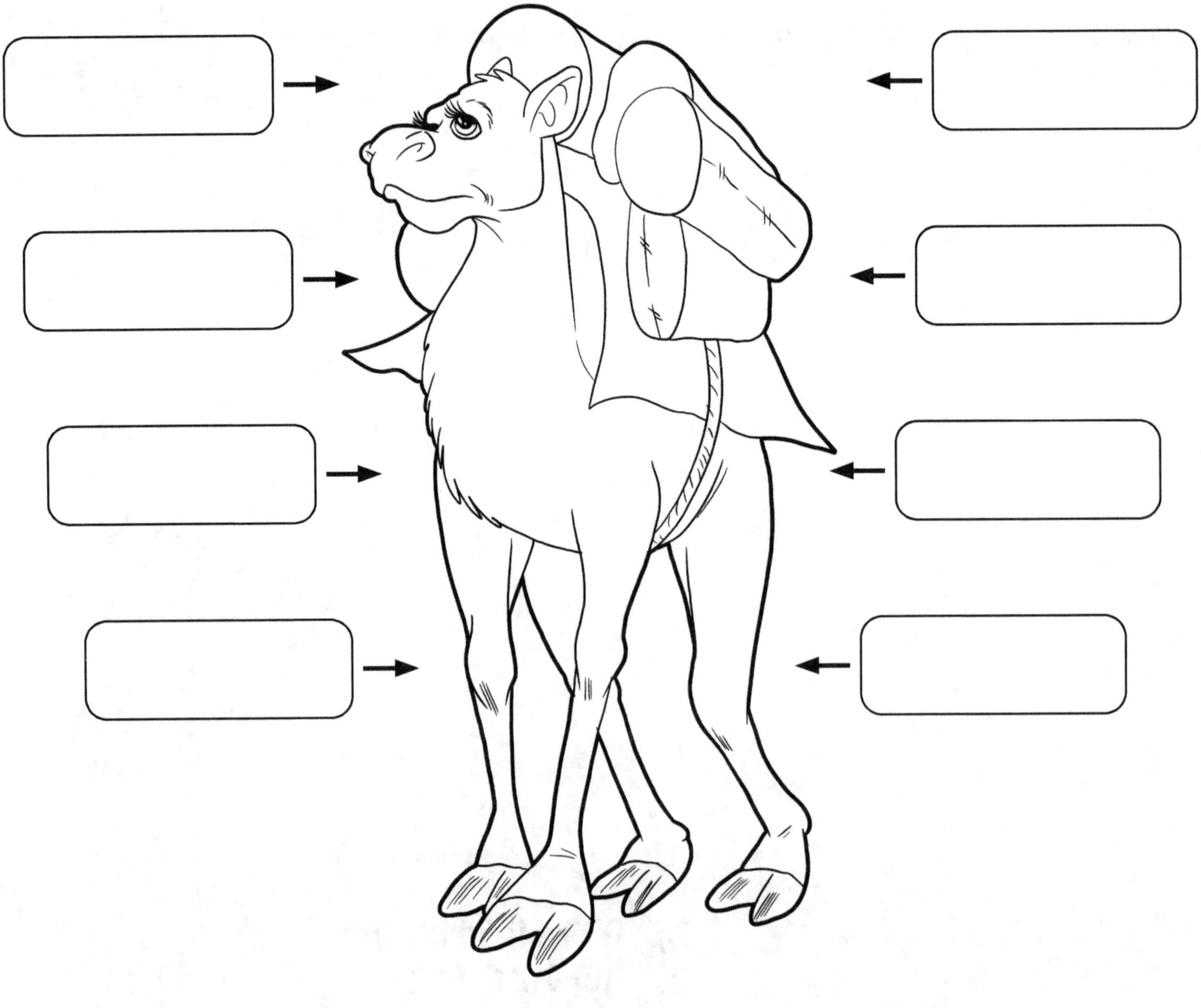

ነጋዴዎቹ

መጽሐፍ ቅዱሳችሁን ከፍታችሁ ዘፍጥረት 37፥1-36 አንብቡ።
ለጥያቄዎቹ መልስ ስጡ። ስዕሉን ከለር ቀቡ።

1. የነጋዴዎች ግመሎች ምን ነበር የተሸከሙት? (ቁጥር 25)

....

....

....

....

2. ነጋዴዎች ዮሴፍን ለገዙበት ስንት ከፈሉ? (ቁጥር 28)

....

....

....

....

3. ነጋዴዎች ዮሴፍን ለማን ነበር የሸጡት? (ቁጥር 36

....

....

....

....

ወደ ግብፅ...

የዮሴፍ ወንድሞች ለባርነት ሸጡት። የዮሴፍን ከከነዓን ምድር ወደ ግብፅ ባርነት ጕዞ ለማሳየት ነጠብጣቦቹን አያይዙ። ካርታውን ከለር ቀቡ።

3 ዶታይን
2 ሴኬም
ኬብሮን 1
ግብፅ
4 ኦን
ሲና
ሰ
ምዕ
ምሥ

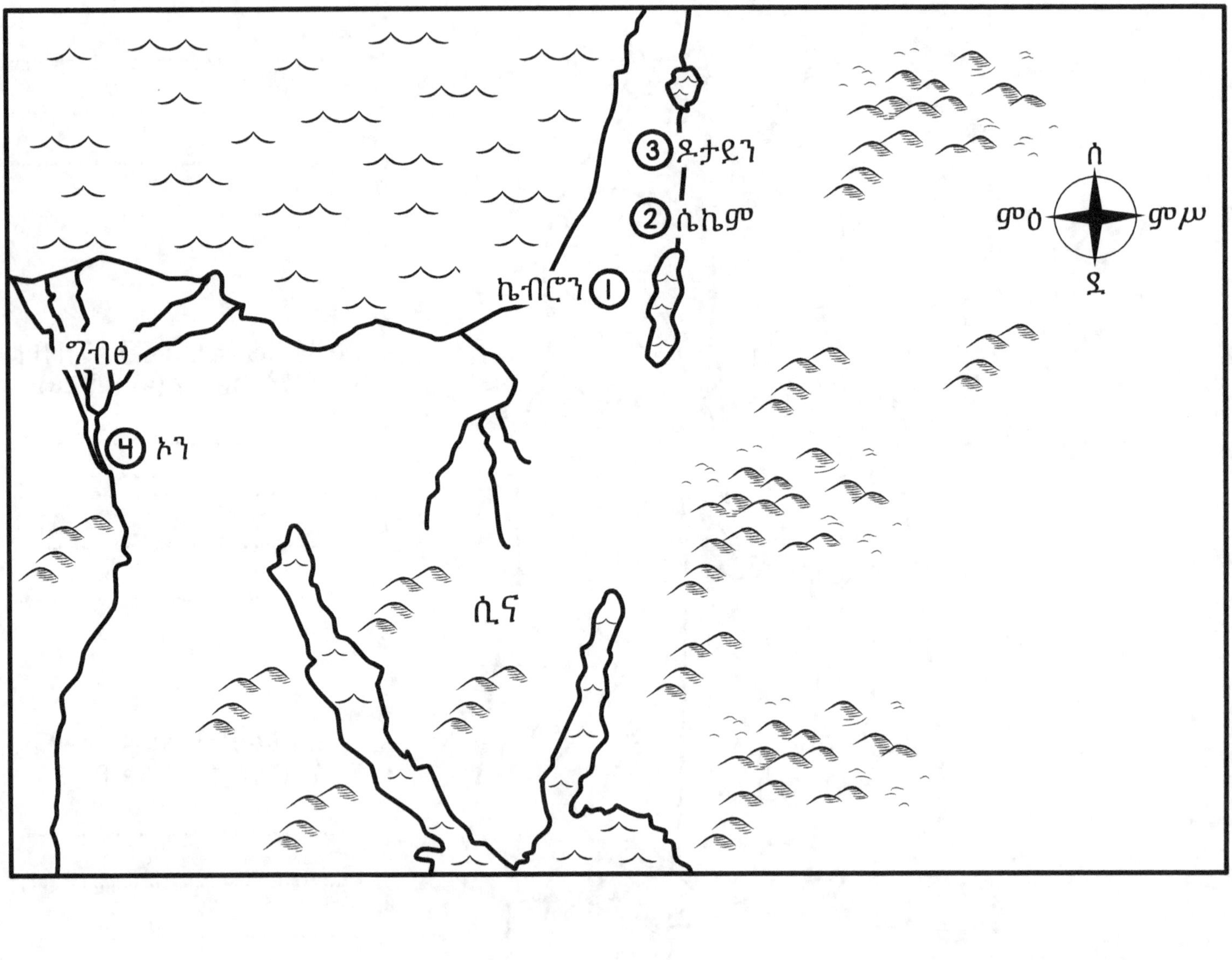

Jewish Voice
Ministries International

የራስህን ፓስፖርት ሥራ!

እስማኤላውያን ከተለያዩ መንግሥታትና ሕዝቦች ጋር ይነግዱ ነበር። በዚህ ዘመን ወደ ሌሎች አገሮች መሄድ ከፈለጋችሁ ፓስፖርት ያስፈልጋችኋል። እስከ ዛሬ ወዴት ሄዳችሁ ታውቃላችሁ? ከታች ያለውን የፓስፖርቱን ገጾች ሙሉ።

ስም ....
አድራሻ ....
የትውልድ ቀን..............................
የትውልድ ቦታ..............................
የተጓዝሁት፡-

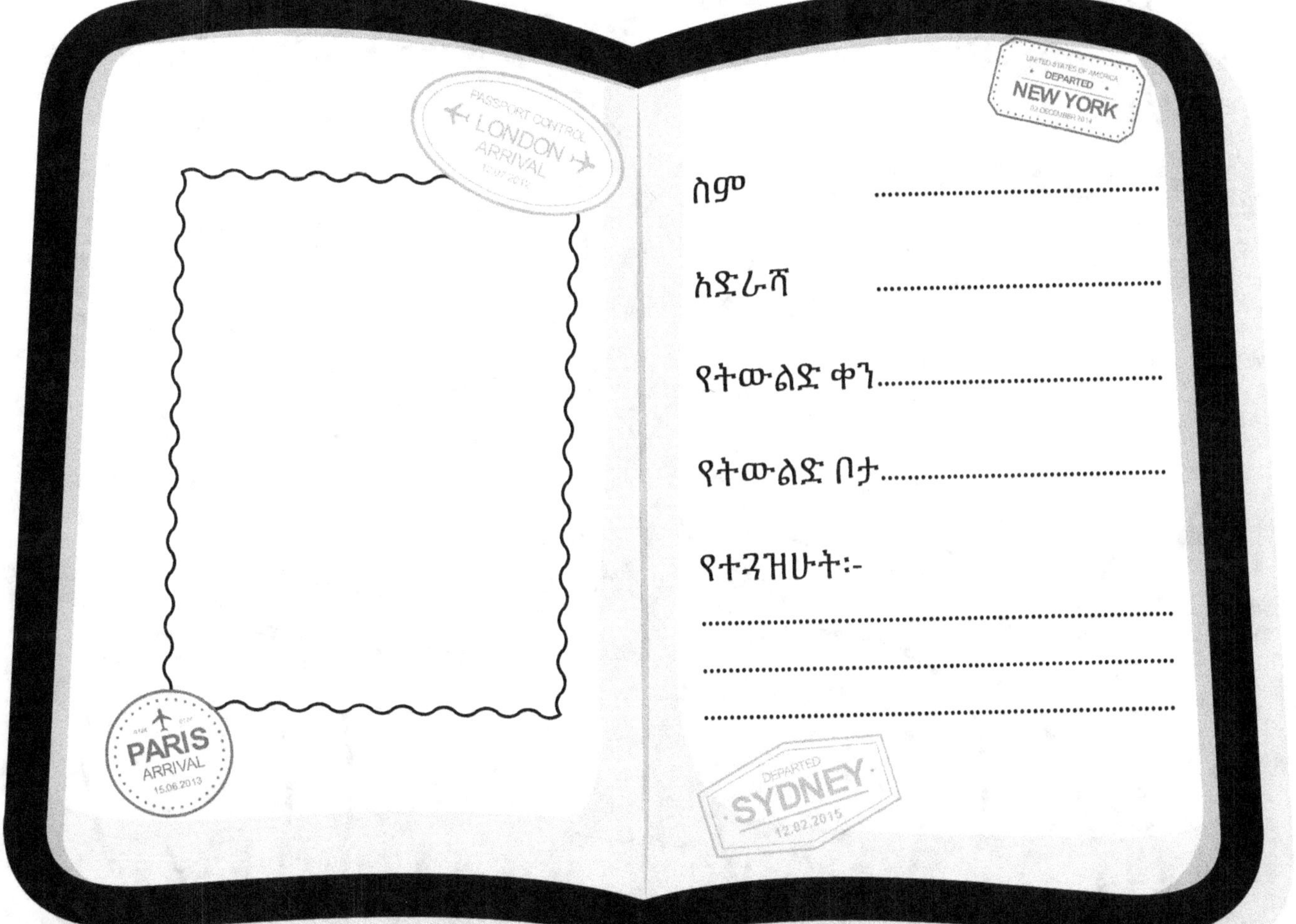

ለባርነት ተሸጠ

ዮሴፍ ለነጋዴዎቹ በ20 ጥሬ ብር ተሸጠ። ነጋዴዎች ወደ ግብፅ የሚሄዱበትን መንገድ እንዲያገኙ እርዷቸው።

የያዕቆብ (እስራኤል) ልጆች

ዘፍጥረት 29፥32-35፤ 30፥1-26 እና 35፥16-19 አንብቡ። ከታች ባሉት ቅጠሎች ላይ የያዕቆብን አሥራ ሁለት ልጆች ስም ጻፉ።

ትምህርት 3

የትምህርቱ ዕቅድ

የፈርዖን ሕልም

አስተማሪው :- ________________________________

የዛሬው የመጽሐፍ ቅዱስ ምንባብ፡- ዘፍጥረት 39፥1-41፥46

የእንኳን መጣችሁ ጸሎት፡-

ትምህርቱን ከመጀመርህ በፊት ከልጆቹ ጋር አጭር ጸሎት አድርግ።

የትምህርቱ ግቦች፡-

በዚህ ትምህርት ልጆቹ፡-

1. ዮሴፍ የታሰረው ለምን እንደ ነበር
2. የፈርዖን ሁለት እንግዳ ሕልሞች ትርጒም ምን እንደ ነበር ይማራሉ።

ይህን ታውቃላችሁ?

አዲሱ የዮሴፍ ግብፃዊ ስም፣ ‹ጸፍናት ፐዕናህ› ሲሆን፣ ‹ስውሩን ገላጭ› ወይም፣ ‹ምስጢር ፈቺ› ማለት ነው።

የመጽሐፍ ቅዱስ ትምህርት ዳሰሳ፡-

ዮሴፍ ለብዙ ዓመታት የጲጥፋራ ሠራተኛ ነበር። በሚያደርገው ሁሉ ስኬታማ እንዲሆን እግዚአብሔር ረዳው። ግን አንድ ችግር ነበር። የጲጥፋራ ሚስት ከእርሱ ጋር መተኛት ፈለገች። ዮሴፍ እንቢ አለ፡ ፡ ‹‹ይህ ትክክል አይደለም፤ በእግዚአብሔር ፊት እንዴት ኀጢአት አደርጋለሁ?›› አለ። ስለዚህ ዮሴፍን ጥቃት እንዳደረሰባት ከሰሰችው። ጲጥፋራ ሚስቱ ያለችውን አመነ፤ ዮሴፍን ለብዙ ዓመቶች አሰረው፡ ፡ እዚያ የፈርዖን መጠጥ አሳላፊና እንጀራ ቤት የሕልማቸውን ትርጒም እንዲያውቁ ረዳቸው፡ ፡ ከሁለት ዓመት ቆይታ በኋላ ፈርዖን ሁለት እንግዳ ሕልሞች አለመ። በመጀመሪያው ሕልም ሰባት ወፍራም ላሞችና ሰባት የከሱ ላሞች አየ። በሁለተኛው ሰባት ፍሬያቸው ያመረ የእሸት ዛላዎችና ሰባት ፍሬያቸው የቀጨጨ የእህል ዛላዎች አየ። የሕልሙን ትርጒም እንዲነግረው ዮሴፍን ጠየቀው፡ ፡ ዮሴፍ እህል በብዛት የሚኝበት ሰባት ዓመቶችና ራብ የሚኖርበት ሰባት የችግር ዓመቶች እንደሚኖሩ ለፈርዖን ነገረው። ፈርዖን ዮሴፍን ወደደው፣ ‹‹በግብፅ ምድር ገዢ አድርጉት!›› አለ።

ትምህርቱን እንከልስ፡-

ለተማሪዎቹ ጥያቄዎች፡-

1. የጲጥፋራ ሚስት ዮሴፍ ጥቃት እንዳደረሰበት በሐሰት የከሰሰችው ለምንድነው?
2. የፈርዖን መጠጥ አሳላፊና እንጀራ ቤት ሕልም ትርጒም ግለጹ?
3. ሁለቱን የፈርዖን እንግዳ ሕልሞች ግለጹ።
4. ፈርዖንን ለመርዳት ዮሴፍ ምን ነበር ያደረገው?
5. ፈርዖን ዮሴፍን ወደደው ወይስ ጠላው? እንዴት አወቃችሁ?

የእግዚአብሔርን ቃል እንዲያስታውሱ ልጆችን ለመርዳት በቃል የሚያዝ ጥቅስ፡-

‹‹አንተ በቤተ መንግሥቴ የበላይ ትሆናለህ፤ ሕዝቤም ሁሉ ለሥልጣንህ ይገዛል።››
(ዘፍጥረት 41፥40)

የሚደረጉ ነገሮች፡-

አጭር የመጽሐፍ ቅዱስ ጥያቄ፡- ዮሴፍ እስር ቤት ውስጥ
ከለር መቀባት፡- ዮሴፍ ሁለቱን ሕልሞች ገለጸ
መልስ መስጠት፤ ከለር መቀባት፡- ዮሴፍ የጲጥፋራን ሚስት እንቢ አለ
መሥሪያ ገጽ፡- የዘበኞቹ አለቃ
በወረቀት የሚሠራ ሰንሰለት፡-
መሥሪያ ገጽ፡- የግብፃውያን ዘመን
ጥናታዊ መሥሪያ ገጾች፡- የጥንት ግብፃውያን ሕልም
መሥሪያ ገጽ፡- የፈርዖን ሕልም ማሰሮዎች
ቃላት ማገጣጠም፡- ፈርዖን ዮሴፍን የሸለመው በምን ነበር?
መሥሪያ ገጽ፡- ለአንድ ቀን ፈርዖን ብሆን ኖሮ
ከለር መቀባት፡- ፈርዖን
መሥሪያ ገጽ፡- የመጽሐፍ ቅዱስ ሕልሞች

የመዝጊያ ጸሎት

በአጭር ጸሎት ትምህርቱን አብቃ።

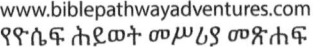

ዮሴፍ በእስር ቤት

ዘፍጥረት 39፥1-41፤ 14 አንብቡ።
ከታች ላሉት ጥያቄዎች መልስ ስጡ።

1. በግብፅ የዮሴፍ ጌታ ማን ነበር? ....
2. ዮሴፍ የታሰረው ለምን ነበር? ....
3. ዮሴፍን ሌሎች እስረኞች ሁሉ ላይ ኀላፊ ያደረገው ማን ነበር? ....
4. እስር ቤት የገቡት የትኞቹ የፈርዖን አገልጋዮች ነበሩ? ....
5. ሦስት ቅርንጫፎች ስላሉት ወይን ተክል ሕልም ያየው ማን ነበር? ....
6. ራሱ ላይ ሦስት የእንጀራ ቅርጫቶች ተሸክሞ ሕልም ያየው ማን ነበር? ....
7. ሰዎቹ የሕልማቸውን ትርጕም እንዲያውቁ የረዳቸው ማን ነበር? ....
8. ፈርዖን ያስገደለው ማንን ነበር? ....
9. በመጀመሪያው ሕልም የትኛው ወንዝ ዳር ቆሞ ነበር ፈርዖን በሕልሙ ያየው? ....
10. ለፈርዖን ስለ ዮሴፍ የነገረው ማን ነው? ....

Jewish Voice Ministries International

ዮሴፍ የሁለት ሕልሞች ትርጒም ተናገረ

ዘፍጥረት 40፥1-19 አንብቡ። ዮሴፍ እስር ቤት ሳለ የመጠጥ ኀላፊውና የምግብ ኀላፊው የሕልማቸውን ትርጒም እንዲያውቁ ረድቶአቸው ነበር። ስዕሉን ከለር ቀቡ።

ዮሴፍ የጲጥፋራን ሚስት እንቢ አለ

መጽሐፍ ቅዱሳችሁን ከፍታችሁ ዘፍጥረት 39፥1-20 አንብቡ።
ለጥያቄዎቹ መልስ ስጡ፤ ስዕሉን ከለር ቀቡ።

---

1. ዮሴፍ የጲጥፋራን ሚስት
   እንቢ ያለው ለምንድነው?
   (ቁጥር 8-9)

....

....

....

....

2. ዮሴፍ ቤቱን ትቶ የሸሸው
   ለምንድነው? (ቁጥር 12)

....

....

....

....

3. ጲጥፋራ የተቆጣው
   ለምንድነው? (ቁጥር 19)

....

....

....

....

Jewish Voice Ministries International

የዘበኞቹ አለቃ

ዮሴፍ በነበረበት ዘመን ጲጥፋራ ከፈርዖን ሹማምንት አንዱ ነበር፤ የጥበቃ ሠራተኞች አለቃ ነበር። የፈርዖን ደኅንነት ኀላፊ ነበር፤ ፈርዖን የሚያሳስራቸውን እስረኞች ወይም ባለ ሥልጣናት የሚቆጣጠረው እርሱ ነበር። እንደ የጥበቃ ሠራተኞች አለቃ ፈርዖን በጣም ከሚተማመንባቸው ባለ ሥልጣኖች አንዱ ነበር፤ በግብፅ ምድር ታላቅ ሥልጣን ነበረው።

ጲጥፋራ ዮሴፍን ከሜዶናውያን ነጋዴዎች ገዛው። ዮሴፍ በሚያደርገው ሁሉ መባረኩን ጲጥፋራ ሲያይ በንብረቱ ሁሉ ላይ ኀላፊ አደረገው፤ ዮሴፍ ለጲጥፋራ እየሠራ በነበረ ጊዜ ጲጥፋራ በቤቱም በእርሻውም ተባረከ (ዘፍጥረት 39፥5)።

የጲጥፋራ ሚስት በዮሴፍ ቁንጅና ተማረከች። ዮሴፍ ከእርሷ ጋር ጊዜ እንዲያሳልፍ ለማድረግ ሞከረች፤ ዮሴፍ ግን በእያንዳንዱ ጊዜ እንቢ አለ። አንድ ቀን ልብሱን ይዛ የፈለገችውን እንዲያደርግ ለማስገደድ ሞከረች። ዮሴፍ ግን እንቢ አለ፤ ቤቱን ትቶ ሸሸ። ጲጥፋራ ወደ ቤት ሲመጣ ዮሴፍ ከእርሷ ጋር ለመተኛት እንደ ሞከረ ነገረችው። ጲጥፋራ ሚስቱ የነገረችውን አመነ፤ ዮሴፍን እስር ቤት አስገባው። ይሁን እንጂ፣ ዮሴፍ እስር ቤትም ውስጥ ተሳካለት፤ የእስር ቤቱ ኀላፊ ዮሴፍን በእስረኞች ሁሉ ላይ ሥልጣን ሰጠው።

1. ዮሴፍ ወደ ጲጥፋራ ቤት የመጣው እንዴት ነበር?

....

2. ዮሴፍ የታሰረው ለምንድነው?

....

ጲጥፋራን ከለር ቀቡ!

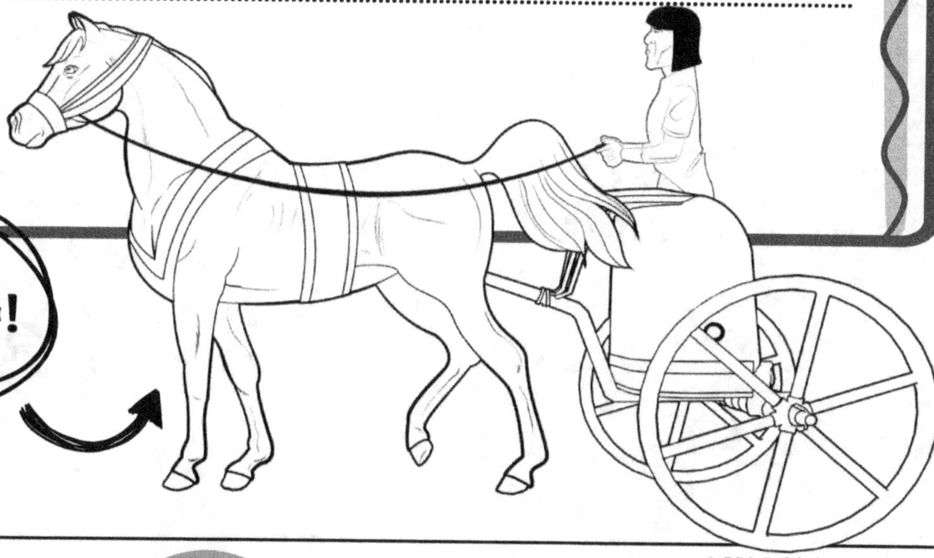

በወረቀት ሰንሰለት መሥራት

የሚያስፈልጓችሁ ነገሮች፡-

1. ግራጫ ወይም ጥቁር ሻካራ ወረቀት
2. መቀስ (ትልልቅ ሰዎች ብቻ)
3. ሙጫ ወይም ማጣበቂያ

መመሪያዎች፡-

1. ሻካራ ወረቀቱን አሥር ቦታ መቁረጥ። እያንዳንዱ ቁራጭ ሁለት ኢንች ስፋት እና አሥር ኢንች ርዝመት ይኑረው።
2. አንዱን የሻካራ ወረቀት ቁራጭ ውሰድና ቀለበት (ሰንሰለት) አድርገውና አጣብቀው።
3. ቀጣዩን የሻካራ ወረቀት ቁራጭ በቀለበቱ ውስጥ አሳልፈው። ሰንሰለት እንዲሆን አጣብቀው።
4. ረጅም የወረቀት ቀለበት ሰንሰለት እስኪኖርህ እንዲህ ማድረግ ቀጥል።

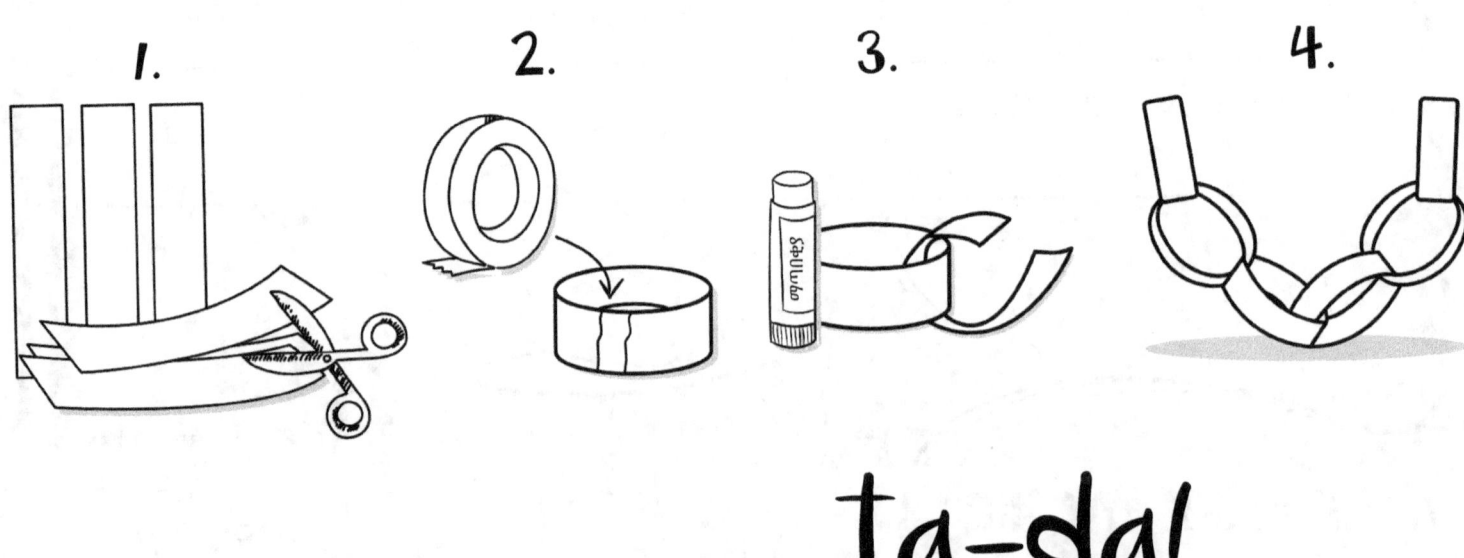

1.
2.
3.
4.
ta-da!

የራምሴ ከተማ

የግብፃውያን ዘመን

ዘፍጥረት 41 | የግብፅ ምድር | የመጽሐፍ ቅዱስ ታሪክ ሕትመት

የፈርዖን ሕልም ተተረጐመ!

ዕብራዊ እስረኛ ነጻ ሆነ

የአህያ እጥረት

Jewish Voice Ministries International

የጥንት ግብፃዊ ሕልም

ይህ ክፍል ሕልሞች ለጥንት ግብፃውያን በጣም አስፈላጊ እንደ ነበሩ ያመለክታል። ጹሑፉን አንብቡና፤ ቀጥሎ ያለው ገጽ ላይ ላሉት ጥያቄዎች መልስ ስጡ።

ሕልሞች

በጥንት ግብፅ ሕልሞች የወደ ፊቱን የሚያመለክቱ መለኮታዊ መልእክቶች እንደሆኑ ይታሰብ ነበር። ግብፃውያን ሕልሞቻቸውን በሽታ ለመፈወስ፣ አስፈላጊ ውሳኔ ለማድረግ፣ ቤተ መቅደስ ለመሥራት ወይም ጦርነት ለማድረግ ይጠቀሙባቸው ነበር። ሕልሞች ማንኛውንም መጥፎ ነገር ወይም መልካም ዕድል አስቀድመው የሚያመለክቱ የአማልክቶቹ መልእክት ናቸው። ለምሳሌ ጥልቅ ጉድጓድ እስር ቤትን፣ አንጸባራቂ ጨረቃ ይቅር ማለትን፣ ትልቅ ድመት የእህል ብዛትን ያመለክታሉ።

የሕልሞቻቸውን ትርጕም ለማወቅ ብዙ ጊዜ ግብፃውያን ካህናትን፣ አስማተኞችን ወይም ሕልም የመተርጐም ችሎታ ያላቸውን ሰዎች ይጠይቁ ነበር። እነዚህ ትርጕሞች ግን ሁሌም አይስማሙም፣ አንዳንዴ ተመሳሳይ ሕልሞች የተለያዩ ትርጕሞች ይሰጣቸዋል። ግብፃውያን የሕልሞቻቸውን ትርጕም በጣም ነው ማወቅ የሚፈልጉት፤ ሌላው ቀርቶ ምክር፣ መጽናኛ ወይም ፈውስ የሚሰጧቸው ሕልሞች ለማየት ሲባል ነበሩዋቸው፤ ኢድፉ በሚባል ቦታ ያለው የሆረስ ቤተ መቅደስን የመሳሰሉ ቤተ መቅደሶች ውስጥ የሚተኙበት ‹የሕልም አልጋዎች› ነበሩዋቸው። ብዙዎቹ ሕልሞች፣ ‹‹የሕልም መጽሐፎች›› በሚባል የፓፒረስ ቁርጥራጮች ይጻፉ ነበር። ከእነዚህ መጽሐፎች፣ ድንጋይ መስበርን፣ ጥርስ መውለቅን፣ ዐባይ ወንዝ ውስጥ መስጠምን፣ የሞቀ ቢራ መጠጣትን፣ እና ነጭ ዳቦ መብላትን ጨምሮ አንዳንድ ተመሳሳይ ምስሎች መኖራቸውን እናውቃለን። ከእነዚህ የሕልም መጽሐፎች አንዱ በነገሥታቱ ሸለቆ አጠገብ ዴር ኤል - መዲና በሚባል መንደር ተገኝቶ ነበር። እህል መፍጨትን፣ ቢራ መጥመቅን፣ ሽመናን፣ ቦታ መጐብኘትን፣ ማማሰልን፣ ማጣበቅን የመሳሰሉ ሥራዎችን የሚወክሉ ሕልሞች ዝርዝር ይዞአል። እነዚህ በጽሑፍ የሰፈሩ ሕልሞች ግብፃውያን ለሕልም ይሰጡ የነበረውን ቦታ ያሳያሉ። ስለዚህ የሁለቱን ሕልሞች ትርጕም ዮሴፍ ሲነግረው ፈርዖን በጣም ደስ መሰኘቱ አይገርመንም!

Jewish Voice Ministries International

የቤት ሥራ

የተልዕኮው ግብ፡- ለጥንት ግብፃውያን ሕልሞች በጣም ጠቃሚ መሆናቸውን መረዳት።
እያንዳንዱን ጥያቄ አንብቡና መልሳችሁን ታች ባሉት መስመሮች ጻፉ።

ግብፃውያን በሕልማቸው የሚጠቀሙት እንዴት ነበር?

....

....

ግብፃውያን፣ ‹‹የሕልም አልጋ›› ላይ የሚተኙት ለምን ነበር?

....

....

‹‹የሕልም መጽሐፍ›› ውስጥ ምንድነው የምታገኙት?

....

....

የፈርዖንን ሕልም ትርጕም ማወቅን ለዮሴፍ የሰጠው ማን ነው?

....

....

የፈርዖን ሕልም ማሰሮዎች

ዘፍጥረት 41፥1-52 አንብቡ። ፈርዖን ሁለት ሕልሞች አየ፤ ትርጕማቸውን ግን መረዳት አልቻለም። እንደ ዕድል ሆኖ የእነዚያን ሕልሞች ትርጕም ለማወቅ የሚረዳው ዮሴፍ እዚያ ነበረ! በእያንዳንዱ ማሰሮ ከፈርዖን ሕልሞች አንዱን ሳሉ። የፈርዖንን ሕልሞች ትርጕም ለጓደኞቻችሁ ተናገሩ።

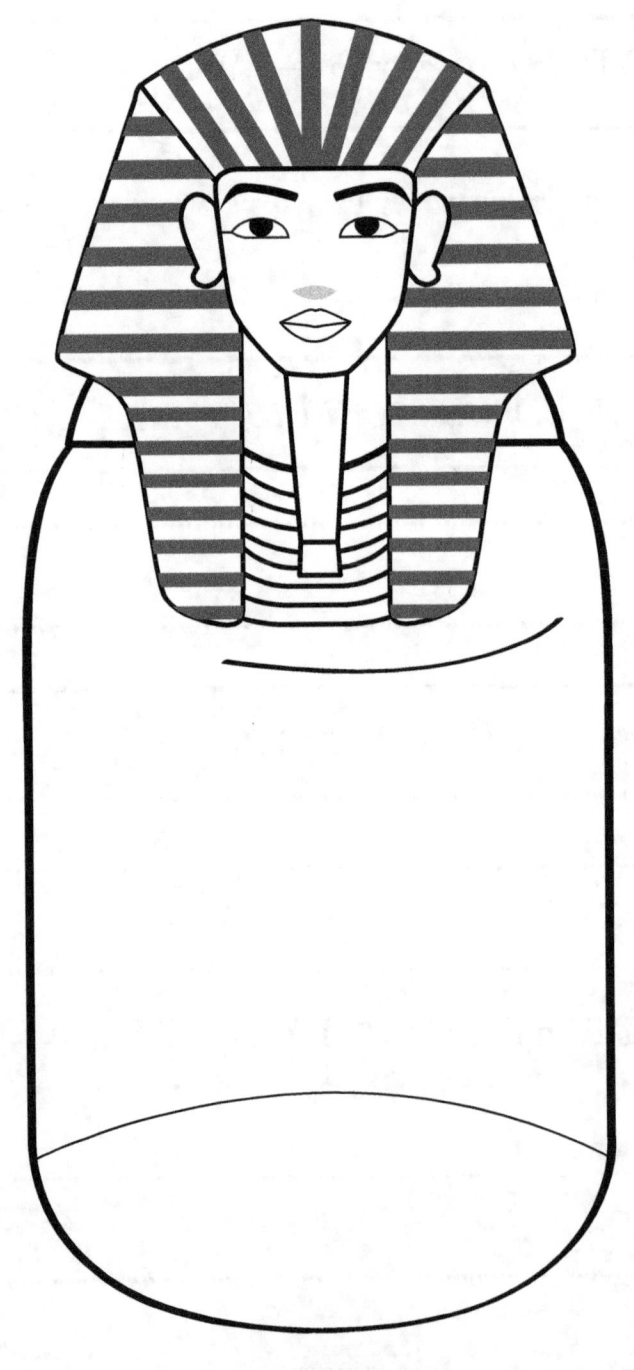

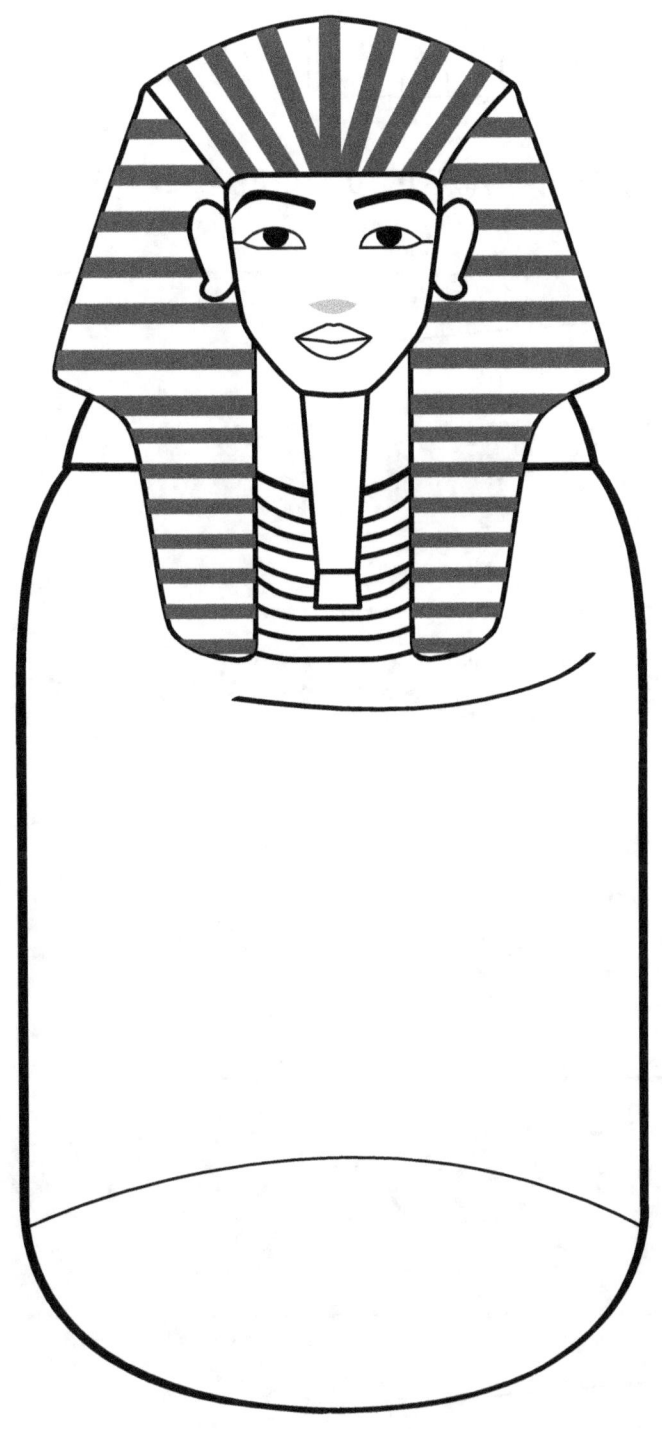

ፈርዖን ዮሴፍን እንዴት ነበር የሾለመው?

መልሱን ለማግኘት ቃላቶቹን አገጣጥሙ። ፍንጭ፦ ዘፍጥረት 41፥41 አንብቡ።

ፈርዖን ዮሴፍን፦

____

‹‹በመላዪቱ የግብፅ

____

ምድር ላይ ኀላፊ

____

አድርጌሃለሁ›› አለው።

____

የመጽሐፍ ቅዱስ ሕልሞች

ዘፍጥረት 37፥5-11፤ 40፥1-19 እና 41፥1-36 አንብቡ። እያንዳንዱን ቃል ገጹ ግርጌ ካለው ትክክለኛ ስዕል ጋር አዛምዱ። በእያንዳንዱ ምንባብ የተጠቀሱ ሕልሞች ተናገሩ።

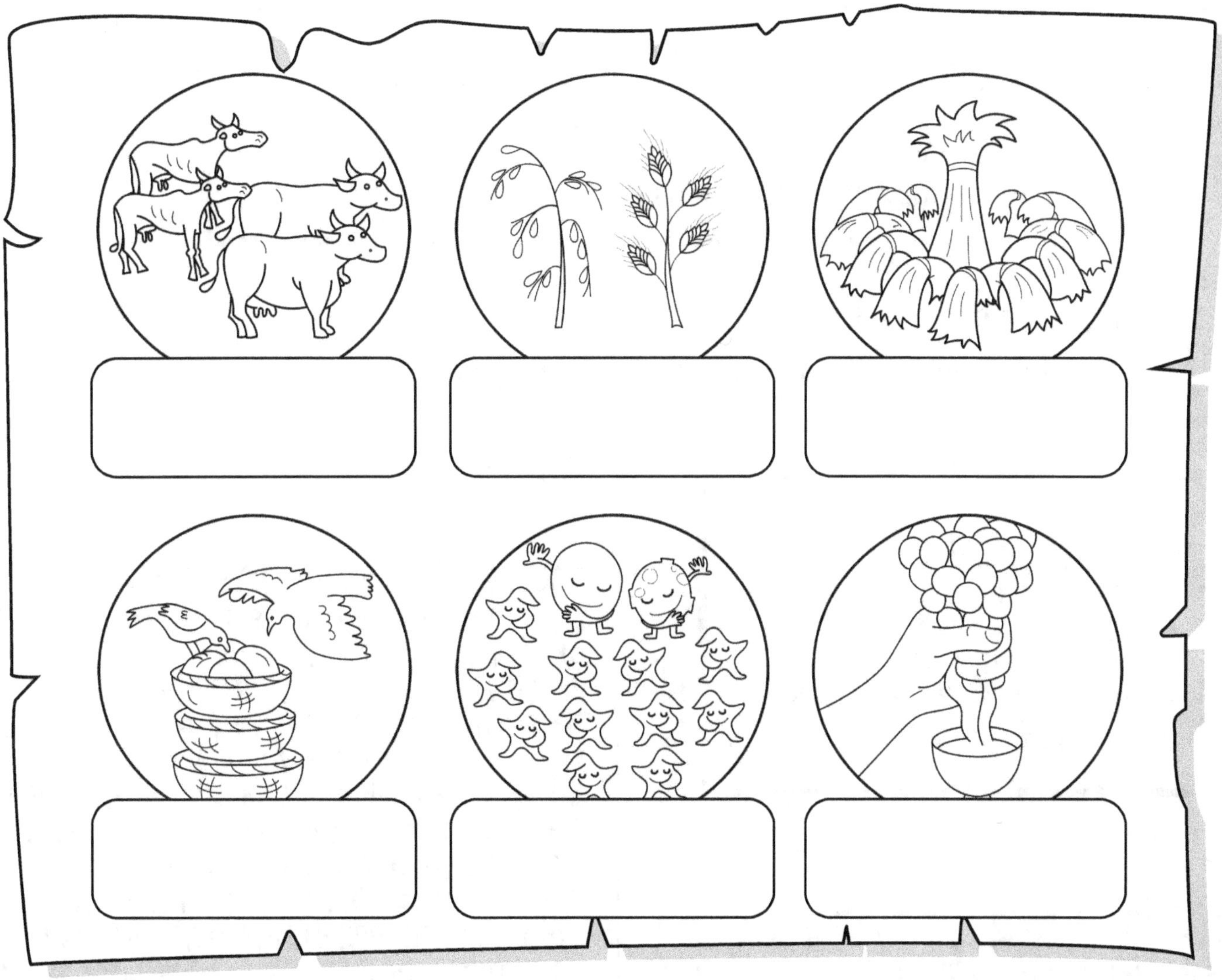

ስንዴ	ፀሐይ፣ ጨረቃ፣ ከዋክብት	እንጀራ
ወይን	ላሞች	እህል

Jewish Voice Ministries International

ትምህርት 4

የትምህርቱ ዕቅድ

የብር ዋንጫው

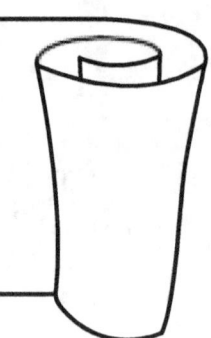

አስተማሪው :- ______________________________

የዛሬው የመጽሐፍ ቅዱስ ምንባብ፡- ዘፍጥረት 41፥53 - 44፥17

የእንኳን መጣችሁ ጸሎት፡-

ትምህርቱን ከመጀመርህ በፊት ከልጆቹ ጋር አጭር ጸሎት አድርግ።

የትምህርቱ ግቦች፡-

በዚህ ትምህርት ልጆቹ፡-

1. የዮሴፍ ወንድሞች ወደ ግብፅ የሄዱት ለምን እንደ ነበር
2. ዮሴፍ ወንድሞቹን እንዴት እንደ ፈተናቸው ይማራሉ።

ይህን ታውቃላችሁ?

ግብፅ ውስጥ መዲነት-አል-ፋዩም አጠገብ፣ ‹ባሕር ዩሱፍ› የሚባል ሰው ሠራሽ የባሕር መንገድ አለ፡ ፡ ይህም፣ ‹‹የዮሴፍ ውሃ መንገድ›› ማለት ነው።

የመጽሐፍ ቅዱስ ትምህርት ዳሰሳ፡-

ከራብ የተነሣ የዮሴፍ ወንድሞች እህል ለመግዛት ወደ ግብፅ ሄዱ። ዮሴፍን ሲያዩ፣ ‹‹ለቤተ ሰባችን ምግብ እንፈልጋለን›› አሉ። ያማሩ የግብፃውያን ልብስ የለበሰውን ዮሴፍ አንዳቸውም አላወቁትም ነበር። እርሱ ግን በአንዴ አወቃቸው። እህል ሰጥቶ ወደ አገራቸው ሰደዳቸው። ግን ብንያምን ይዘው እንዲመለሱ ስምዖንን አስቀረው። በኋላ ወንድሞቹ ለዮሴፍ የሚሰጡ ስጦታዎች ጋር ብንያምን ይዘው ወደ ግብፅ ተመለሱ። ዮሴፍ ከወንድሞቹ ጋር ምግብ ከበላ በኋላ የብንያም ስልቻ ውስጥ የብር ዋንጫው እንዲደበቅ አደረገ፡ ፡ የፀባይ ለውጥ አድርገው እንደሆነ ወንድሞቹን መፈተን ፈለገ። አገልጋዩ ዋንጫውን ሲያገኝ፣ ‹‹የጌታዬን ዋንጫ የሰረቃችሁት ለምንድነው?›› በማለት ጠየቃቸው። ወንድማማቾቹ በጣም ደንግጠው ነበር። ‹‹እኛ ይህን ዋንጫ አልሰረቅንም፤ ምን ሊደርስብን ይሆን!›› በማለት ጮኹ። ከዮሴፍ ጋር ለመገናኘት ወደ ከተማው በፍጥነት ሄዱ።

Jewish Voice Ministries International

ትምህርቱን እንከልስ፡-

ለተማሪዎቹ ጥያቄዎች፡-

1. የዮሴፍ ወንድሞች ወደ ግብፅ የሄዱት ለምንድነው?
2. ዮሴፍ ስምዖንን እስረኛ አድርጎ የያዘው ለምንድነው?
3. ለሁለተኛ ጊዜ ወደ ግብፅ ሲመጡ ወንድሞቹ ለዮሴፍ ያመጡለት ስጦታ ምን ነበር?
4. ምግብ ላይ የዮሴፍ ወንድሞች አቀማመጥ እንዴት ነበር? ዮሴፍ ለብንያም ምን አደረገለት?
5. አገልጋዩ የብር ዋንጫውን ብንያም እህል ስልቻ ውስጥ ሲያገኝ ምን ነበር የሆነው?

የእግዚአብሔርን ቃል እንዲያስታውሱ ልጆችን ለመርዳት በቃል የሚያዝ ጥቅስ፡-

‹‹በዚህ ጊዜ ዮሴፍ የምድሪቱ ገዥ ነበር፤ ለአገሩ ሰዎች ሁሉ እህል የሚሸጥላቸው እርሱ ነበር፡፡›› (ዘፍጥረት 42፡6)

የሚደረጉ ነገሮች፡-

አጭር የመጽሐፍ ቅዱስ ጥያቄ፡- የዮሴፍ ወንድሞች
መሥሪያ ገጽ፡- ምግብ በከነዓን
መልስ መስጠት፤ ከለር መቀባት - የዮሴፍ ወንድሞች በግብፅ
የሚሠራ፡- በግብፅ ሰላዮች?
መሥሪያ ገጽ፡- ለዮሴፍ ስጦታዎች
መሥሪያ ገጽ፡- ቃሉ ምን ይላል?
መሥሪያ ገጽ፡- ስማቸሁን በሒሮግሊፊክስ ጻፉ
ጥናታዊ መሥሪያ ገጽ፡- የውሃ መተላለፊያውን የሠራው ዮሴፍ ነውን?
መሥሪያ ገጽ፡- አህዮች እንወዳለን!
መሥሪያ ገጽ፡- ወደ ግብፅ መመለስ
መሥሪያ ገጽ፡- የተለየ ምግብ
እንሳል! የብር ዋንጫው

የመዝጊያ ጸሎት

በአጭር ጸሎት ትምህርቱን አብቃ፡፡

የዮሴፍ ወንድሞች

ዘፍጥረት 42፣1-44፤ 17 አንብቡ።
ከታች ላሉት ጥያቄዎች መልስ ስጡ።

1. የዮሴፍ ወንድሞች ወደ ግብፅ የሄዱት ለምንድነው? ....
2. የግብፅ ገዥ ማን ነበር? ....
3. መጀመሪያ ሲገናኙ ምን እንደሆኑ ነበር ዮሴፍ ወንድሞቹን የነገራቸው? ....
4. ዮሴፍ እስረኛ አድርጎ ያስቀረው ማንን ነበር? ....
5. ወደ ከነዓን ሲመለሱ ወንድሞቹ እህል የጫኑት በየትኞቹ እንስሳት ነበር? ....
6. ወንድሞቹ በእህል ስልቻዎቻቸው ውስጥ ምን ነበር ያገኙት? ....
7. ለሁለተኛ ጊዜ ወደ ግብፅ ሲመጡ፣ ወንድሞቹ ለዮሴፍ የሰጡት ምን ነበር? ....
8. በምግብ ጊዜ ለብንያም የቀረበለት ምን ያህል ነበር? ....
9. ዮሴፍ የብር ዋንጫውን የደበቀው የት ነበር? ....
10. አገልጋዩ የብር ዋንጫውን ሲያገኝ ወንድማማቾቹ ምን አደረጉ? ....

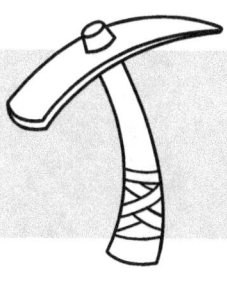

Jewish Voice Ministries International

ምግብ በከነዓን

ራብ የሚመጣው ሰዎች የሚመገቡት በቂ ምግብ ሲያጡ ነው። በከነዓን ምድር ራብ ያልተለመደ ነገር አልነበረም። ብዙ ጊዜ ዕብራውያን ለብዙ ዓመቶች የሚቆይ ራብ ይደርስባቸው ነበር (ዘፍጥረት 12፥10፣ 41፥27 እና ኤርምያስ 14፥1-6)። በራብ ጊዜ ሰዎች በጣም ስለሚቸገሩ ብዙ ጊዜ የዱር ፍሬዎች፣ የእንስሳት ራስ፣ ቆሻሻ ነገር እና የእንስሳት እበት ይበሉ ነበር።

ዕብራውያን ብዛት ያላቸው ቤተ ሰቦቻቸውን ለመመገብ በርትተው ይሠሩ ነበር። ምድሩን ለመቆፈርና እህል ለመዝራት አካፋ፣ ዶማ፣ እና ማረሻ (በበሬዎች ወይም በአህዮች የሚሳቡ) ይጠቀሙ ነበር። ከዚያ በታረሰው መሬት ላይ እህል ይዘራል። እህል የሚዘራው ክረምቱ ማብቂያ ላይ ሲሆን፣ በጋ መጀመሪያ ላይ ይታጨዳል፤ ማኅበረ ሰቡ ሁሉ በሥራው ይሳተፋል። ዋናዎቹ የእህል ዐይነቶች ስንዴ፣ ገብስ፣ ጥራጥሬ፣ በለስ፣ የወይራ ፍሬ ናቸው።

የሚበቅለው ምንድነው?

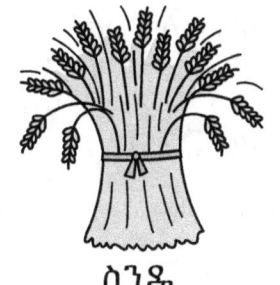

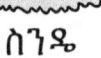

ስንዴ

ፍራፍሬ

የወይራ ፍሬ

በለስ

ከስንዴ ምን ዐይነት ምግብ መሥራት ትችላላችሁ?

....

ከፍራ ፍሬዎች ምን ዐይነት ምግብና መጠጥ መሥራት ትችላላችሁ?

....

እህል ለማብቀል ዕብራውያን ምን ዐይነት የእህል ዐይነቶች ነበር የሚጠቀሙት?

....

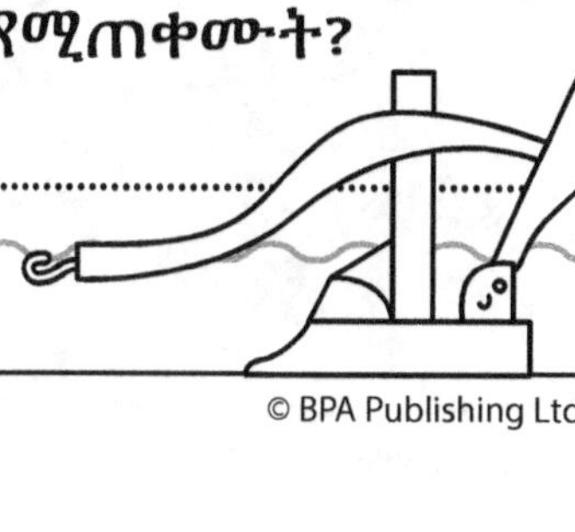

የዮሴፍ ወንድሞች በግብፅ

መጽሐፍ ቅዱሳችሁን ገልጣችሁ ዘፍጥረት 42 አንብቡ።
ለጥያቄዎቹ መልስ ስጡ። ስዕሉን ከለር ቀቡ።

1. የዮሴፍ ወንድሞች ወደ ግብፅ የሄዱት ለምንድነው? (ቁጥር 2)

....

....

....

....

2. ከእህል ሌላ ዮሴፍ ወንድሞቹ ስልቻ ውስጥ ያኖረው ሌላ ነገር ምን ነበር? (ቁጥር 25)

....

....

....

....

3. ወደ ከነዓን ሲመለሱ እህላቸውን የተሸከሙ የትኞቹ እንስሶች ነበሩ? (ቁጥር 26)

....

....

....

....

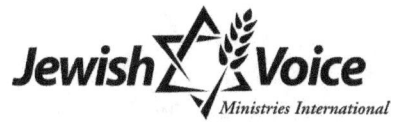

Jewish Voice Ministries International

በግብፅ ሰላዮች?

ዮሴፍ ወንድሞቹን በሰላይነት ከሰሳቸው። ሰላይ ስለ ሰዎችና ስለሚያደርጉት ነገር መረጃ የሚሰበስብና የሚናገር ማለት ነው። እንደ ሰላይ ለመሆን ጥንድ አጉልተው የሚያሳዩ መነጥሮች ሥሩ!

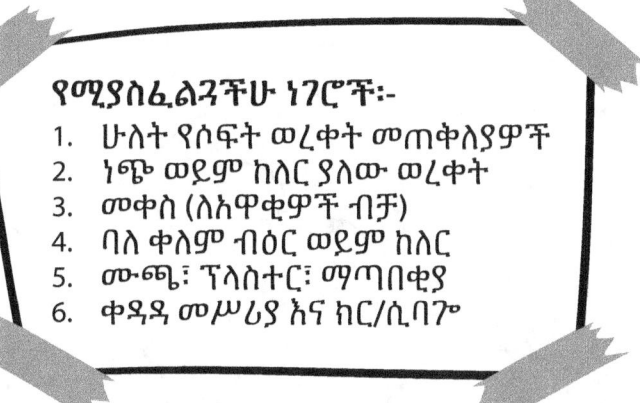

የሚያስፈልጓችሁ ነገሮች፡-

1. ሁለት የሶፍት ወረቀት መጠቅለያዎች
2. ነጭ ወይም ከለር ያለው ወረቀት
3. መቀስ (ለአዋቂዎች ብቻ)
4. ባለ ቀለም ብዕር ወይም ከለር
5. ሙጫ፣ ፕላስተር፣ ማጣበቂያ
6. ቀዳዳ መሥሪያ እና ክር/ሲባጎ

መመሪያዎች፡-

1. በእያንዳንዱ ሶፍት ወረቀት መጠቅለያ ዙሪያ ነጭ ወይም ባለ ቀለም ወረቀት አጣብቁ።
2. ልጅህ እያንዳንዱን ሶፍት መጠቅለያ እንዲያስጌጥ ጠይቀው።
3. በእያንዳንዱ ጫፍ ማጣበቂያ በማድረግ ሁለቱን መጠቅለያዎች አያይዛቸው።
4. በእያንዳንዱ ቱቦ ውጫዊ አካል ቀዳዳ አብጅ። አንገት ላይ ለማድረግ ሲባጎ ክር ወይም ማሰሪያ ተጠቀም።

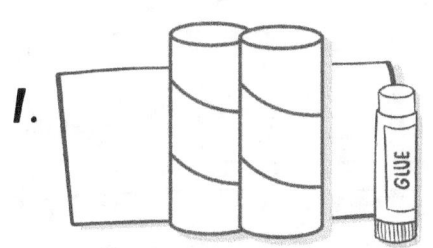

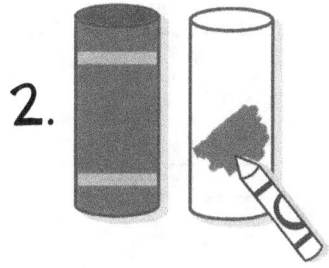

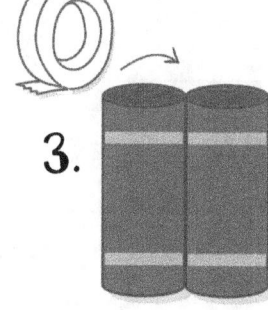

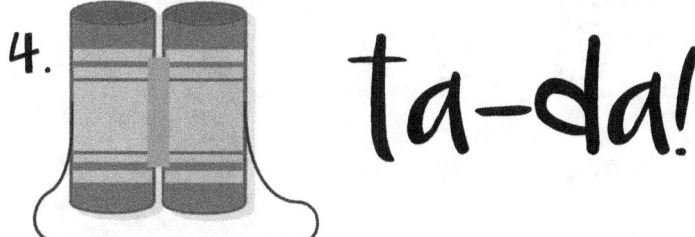

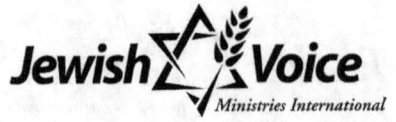

Jewish Voice Ministries International

ለዮሴፍ ስጦታዎች

ያዕቆብ ግብፅ ላለው ገዥ ስጦታ እንዲወስዱ ለልጆቹ ተናገረ። ‹‹…
ጥቂት በለስ፣ ጥቂት ማር፣ ሽቱ እና ከርቤ፣ ተምርና ለውዝ…›› ውሰዱለት አላቸው።
ከታች ያሉትን ቃላት ከትክክለኛው ስዕል ጋር አዛምዱ።

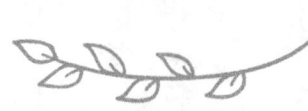

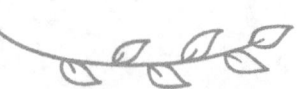

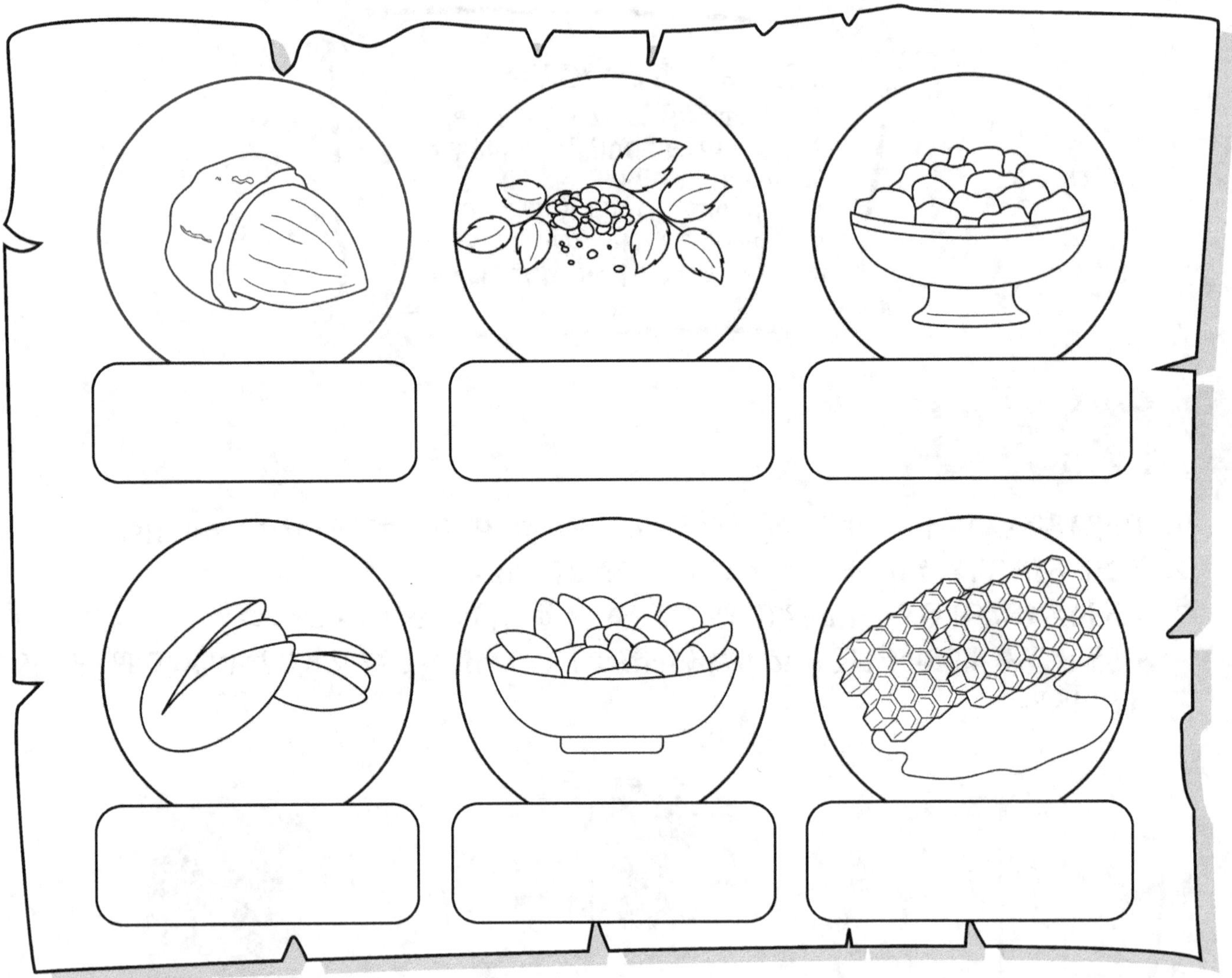

ማር፣	**ሽቱ**	**ከርቤ**
ተምር	**ለውዝ**	**ቅባት**

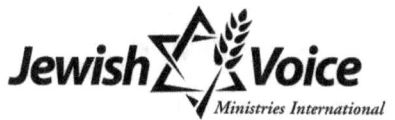

Jewish Voice Ministries International

ዮሴፍ ወንድሞቹን ፈተናቸው

ዘፍጥረት 44፥1-12 አንብቡ። ከታች ባሉት ቃሎች ባዶ በታውን ሙሉ።

<< ከዚህ በኋላ ዮሴፍ ለቤቱ .... እንዲህ ሲል መመሪያ ሰጠው፤ ‹‹የሰዎቹን ስልቻዎች የሚችሉትን ያህል እህል ሙላባቸው። የእያንዳንዱን ሰው .... ስልቻው አፍ ላይ አድርግ። ከዚያም .... ዋንጫዬን በታናሹ ወንድማቸው ስልቻ አፍ ውስጥ ከእህሉ .... ጋር ጨምረው። አዛዡም ዮሴፍ እንዳለው አደረገ። ጎሕ ሲቀድ ሰዎቹ .... ተሸኙ። ከከተማው ምንም ያህል .... ሳይሄዱ፣ ዮሴፍ የቤቱን አዛዥ እንዲህ አለው፣ ‹‹እነዚያን ሰዎች ቶሎ ድረስባቸውና፣ ‹ለበጎ ነገር ስለምን ክፉ መለሳችሁ፣ ይህ ጌታዬ የሚጠጣበት፣ የተሰወረ ነገርም የሚያውቅበት ዋንጫ አይደለምን? የፈጸማችሁት ድርጊት ክፉ ነው›› በላቸው አለው። የቤቱ አዛዥም እንደ ደረሰባቸው ልክ እንደ ተባለው ተናገራቸው። እነርሱ ግን እንዲህ አሉት፤ ‹‹ጌታችን እንዲህ ያለ ነገር ለምን ይናገራል? እኛ .... እንዲህ ያለውን ነገር አናደርገውም። ከዚህ ቀደምም በየስልቾቻችን አፍ የተገኘውን ብር ከከነዓን እንኳ መልሰን አምጥተናል፤ ታዲያ፣ አሁን ብር ወይም ወርቅ ከጌታህ ቤት እንዴት እንሰርቃን? የጠፋው ዕቃ ከአገልጋዮችህ የተገኘበት ይሙት፤ የቀረነው የጌታችን ባሮች እንሁን›› እርሱም መልካም ነው እንዳላችሁት ይሁን ዋንጫው የተገኘበት ሰው ባርያዬ ይሆናል፤ የቀራችሁት ግን ከበደሉ ነጻ ትሆናላችሁ›› አላቸው። እያንዳንዱም ሰው ጭነቱን ወዲያውኑ አራግፎ .... ፈታ። ከዚያም አዛዡ ፍተሻውን .... ጀምሮ እስከ ታናሹ ድረስ ቀጠለ። በመጨረሻም ጽዋው በብንያም ስልቻ ውስጥ ተገኘ። >>

አዛዥ	ዋጋ
ታላቁ	አገልጋዮችህ
ርቀው	ስልቻ
ብር	አህዮች
ከእነአህዮቻቸው	

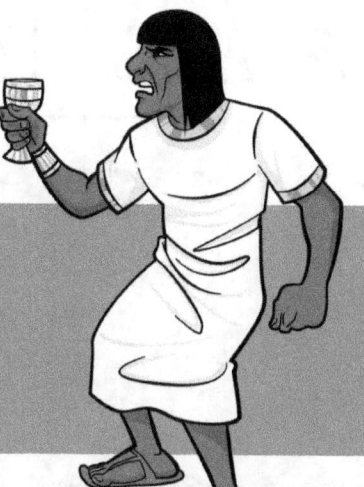

ስማችሁን በሔሮግሊፊክስ ጻፉ!

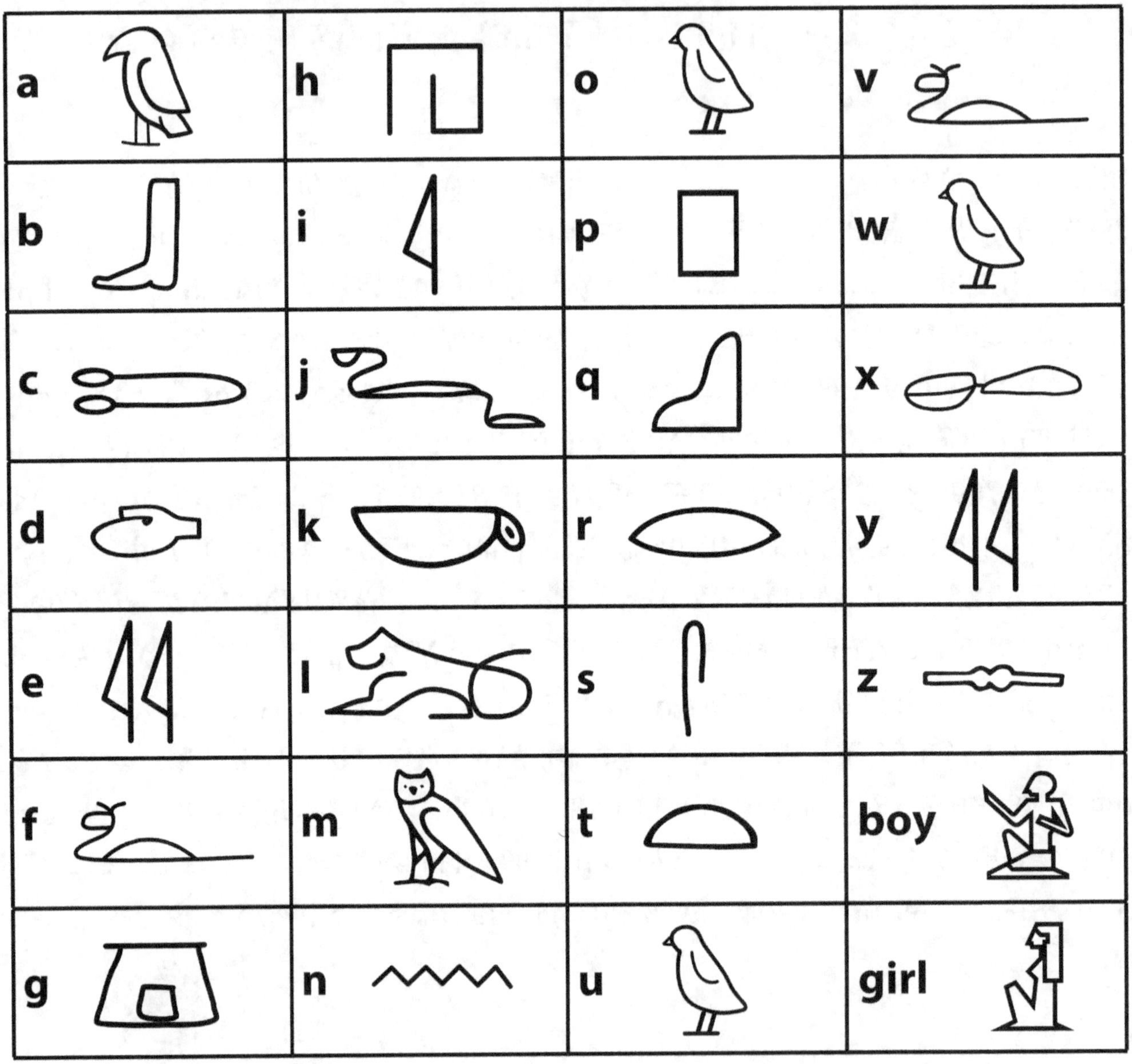

a	🦅	h	⬓	o	🐦	v	
b		i		p	▯	w	🐦
c		j		q		x	
d		k		r		y	
e		l		s		z	
f		m	🦉	t		boy	
g		n	〰	u	🐦	girl	

የግብፃውያን ሒሮግሊፊክስ የጥንት ግብፅ መጻፊያ ዘዴዎች ነበሩ።
ስማችሁን በሒሮግሊፊክስ ጻፉ:-

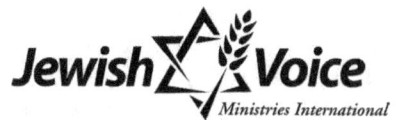

Jewish Voice Ministries International

የውሃ መተላለፊያውን የሠራው ዮሴፍ ነውን?

አሁንም ቢሆን የዮሴፍ ተፅዕኖ ምልክቶች በግብፅ እንደሚገኙ ታውቃቸሁን? ለምሳሌ፣ ከካይሮ በስተ ደቡብ 80 ማይሎች ርቆ የሚገኘው የመዲናት-አል-ፋዩም የበረሓ ለም ቦታ ባሕር ዩሱፍ በሚባለው ጥንታዊ የውሃ መተላለፊያ የተከበበ ለም የአትክልት ቦታ ነው። በአረብኛ፣ ‹ባሕር ዩሱፍ› ማለት፣ የዮሴፍ ውሃ መተላለፊያ ማለት ነው።

በ19ኛው ክፍለ ዘመን መጀመሪያ ፍራንሲስ ኮፕ ዋይትሐውስ የተባለ ኢንጂነር የአንድ ሐይቅ ውሃ (የኳረን ሐይቅ) መነሻ ቦታን ለማግኘት ባደረገው አሰሳ ‹ባሕር-ዩሱፍ የሚባለውን ቦታ አግኝቷል። የጥንት ግድቦች፣ በዮች፣ የመጠጥ ውሃ መሄጃ በይ እና ጥቂት መቶ ኪሎ ሜትሮች ከዐባይ ወንዝ ጋር ጐን ለጐን የሚሄድ የውሃ መተላለፊያ መንገድ ፍርስራሾች አግኝቶአል። ኢንጂነሩ የኤል-ፋዩም ታላቁ ረባዳ ቦታ የዐባይ ውሃ ሲቀንስ ያንን የሚያሟላ ውሃ የሚጠራቀምበት ሰው ሠራሽ ሐይቅ ማስረጃ የሚሆን ነገርም አግኝቷል። የአካባቢው ሰዎች የሐይቁን ግድብ የሠራ ዮሴፍ መሆኑን ይናገራሉ። ስለዚህ ግድብ የበለጠ ማወቅ ከፈለጋችሁ የሚከተለውን ክሊክ አድርጉ፡- https://creationwiki.org/Joseph%27s_Canal

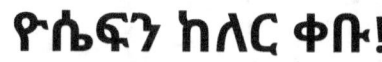

ዮሴፍን ከለር ቀቡ!

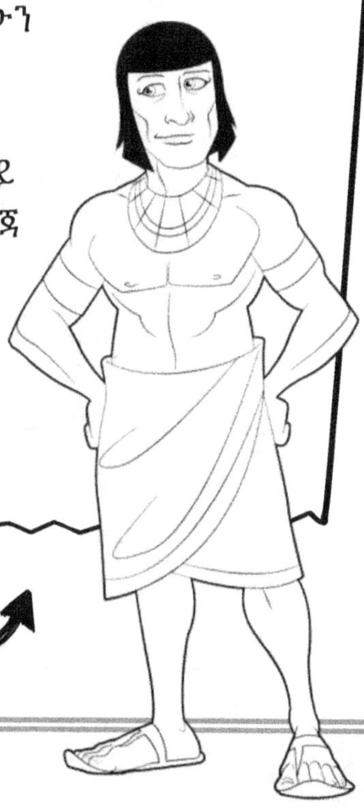

‹ባሕር ዩሱፍ› የሚለው አረብኛ ቃል የትኛውን የውሃ መተላለፊያ ነው የሚያመለክተው?

....

በ19ኛው ክፍለ ዘመን መጀመሪያ አካባቢ ፍራንሲስ ኮፕ ዋይትሐውስ ያገኘው ምን ነበር?

....

አህዮች እንወዳለን!

ግብፃውያንና ዕብራውያን (የዮሴፍ ወንድሞች ጭምር) ዕቃዎች ከቦታ ቦታ ለማዘዋወር በአህዮች ይጠቀሙ ነበር። አህዮች በጣም ጠቃሚ እንስሳት በመሆናቸው ልናከብራቸው ይገባል። የአህያ አካል ክፍሎች ለጥፉ። ከዚያ ታች ባለው ባዶ ቦታ ስለ አህዮች ሦስት አስቂኝ ቀልዶች ጻፉ። አህያውን ከለር ቀቡ።

1. ጆሮዎች	3. ዐይን	5. አፍ	7. ሰኮና
2. ጋማ	4. አፍንጫ	6. እግር	8. ጭራ

አስቂኝ አህያን የሚመለከቱ ቀልዶች!

....

....

....

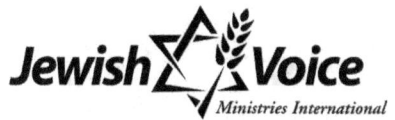

Jewish Voice Ministries International

ወደ ግብፅ መመለስ

ይህ ታሪክ መጽሐፍ ቢሆን ኖሮ፣ ሽፋኑ...
የሚል ርዕስ ይኖረው ነበር።

11 የዮሴፍ ወንድሞችን ስም ጻፉ።

ከከነዓን ወደ ግብፅ የሚወስደውን
ካርታ ሳሉ።

ብንያም እንደሆናችሁ አስቡ። የብር ዋንጫው የእህል
ስልቻችሁ አፍ ላይ ሲገኝ ምን ይሰማችሁ ነበር?

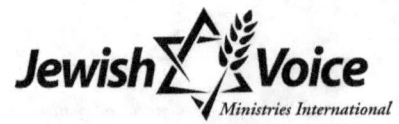

የተለየ ምግብ

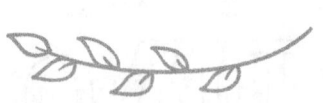

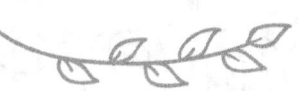

‹‹ለዮሴፍ ለብቻው ቀረበለት፤ ለወንድሞቹም ለብቻቸው ቀረበላቸው፤ እንዲሁም ከእርሱ ጋር ለሚበሉት ግብፃውያን ደግሞ ሌላ ገበታ ቀረበላቸው፤ ምክንያቱም ግብፃውያን ከዕብራውያን ጋር አብሮ መመገብን እንደ ጸያፍ ይቈጥሩት ነበር… ከዮሴፍ ገበታ ላይ እየተነሣ ለእያንዳንዳቸው ምግብ ሲቀርብ የብንያም ድርሻ ከሌሎቹ አምስት ዕጥፍ ነበር፡፡››

(ዘፍጥረት 43፡31-34)

ዮሴፍ ወንድሞቹን ምግብ ጋበዛቸው፡፡ ዮሴፍና ወንድሞቹ የበሉት ምን ዐይነት ምግብ ይመስላችኋል? የጥንት ግብፃውያን ከአረንጓዴ አትክልት፣ ምስር፣ ቴምር፣ ቀይ ሽንኩርት፣ ዓሣ፣ ወፎች፣ እንቁላል፣ አይብና ቅቤ ጋር ነጭ ሽንኩርት መብላት ይወዱ ነበር፡፡ ዳቦዎች በቴምር፣ በማር፣ በበለሳን ማጣፈጫ ይደረግላቸው ነበር፤ ዳቦዎች የሚሠሩት ከገብስና ከስንዴ ነበር፡፡ በጥንት ግብፅ ቢራ በጣም የተለመደ መጠጥ ነበር፡፡ ዓሣ የሚበላው ከተጠበሰ፣ ወይም ከደረቀና ጨው ከተደረገበት በኋላ ነበር፡፡ ከታች ባለው ጠረጴዛና ሳህኖች ዐይነተኛ የግብፃውያን ምግብ ዝርዝር ሳሉ፡፡

ይሁዳ
ብንያም

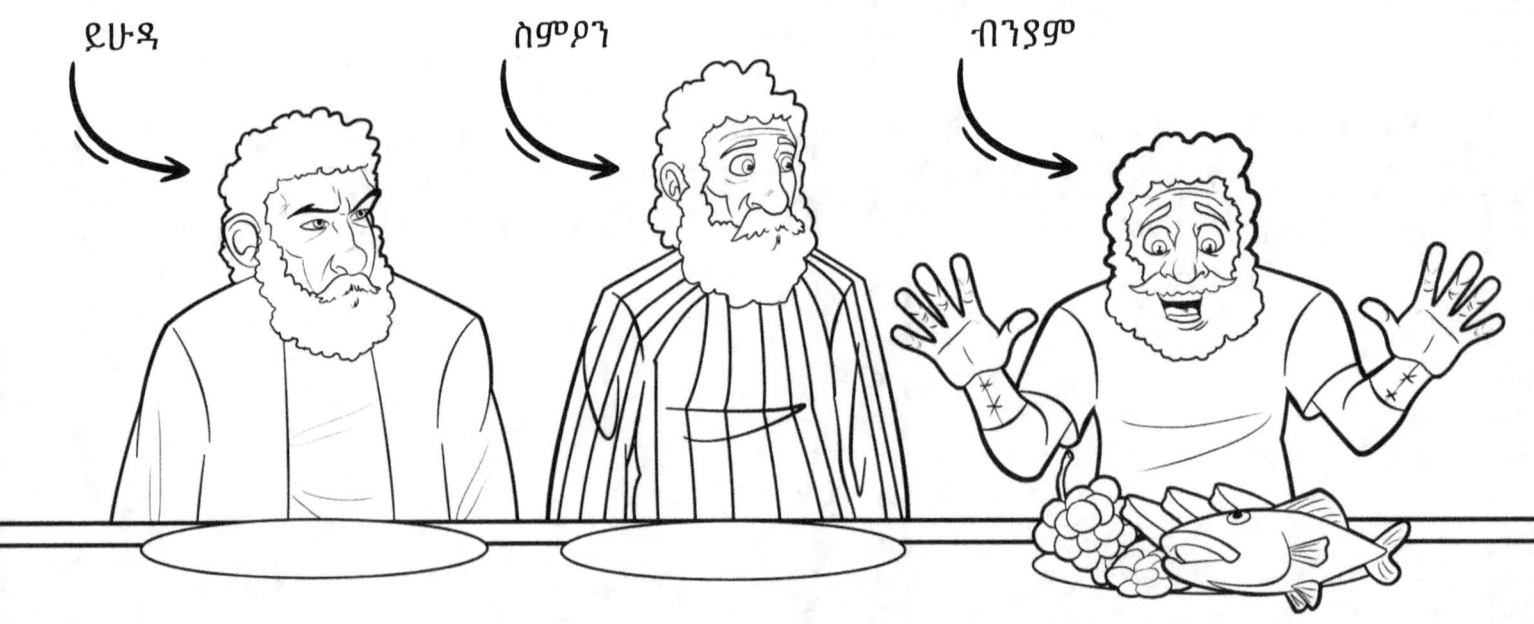

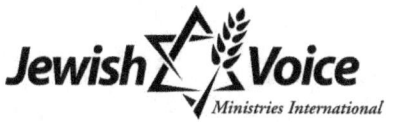

Jewish Voice
Ministries International

የብር ዋንጫው

ዮሴፍ አገልጋዮቹን፣ ‹‹የወንድሞቼ ስልቻዎችን መሸከም የሚችሉትን ያህል እህል ሙሏቸው፤ የብር ዋንጫዬን ግን ብንያም ስልቻ ውስጥ ደብቁት›› በማለት ነገራቸው። በማግሥቱ ወንድማማቾቹ ወደ ከንዓን ለመሄድ ተነሡ። ግን ብዙ ርቀው አልሄዱም። የብር ዋንጫውን ሰርቃችኋል በማለት እንዲይዛቸው ዮሴፍ አገልጋዩን ላከ። ተራ በተራ አገልጋዩ የእህል ስልቻቸውን ፈተሸ። ብንያም ስልቻ ውስጥ ጠፋ የተባለውን የብር ዋንጫ አገኘ። ከዘፍጥረት 44፥1-31 የምትወዱን ዕይታ ሳሉ። በአስተሳሰባችሁ ተጠቀሙ!

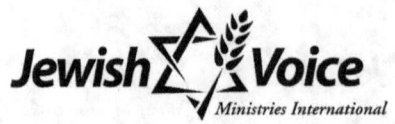

Jewish Voice Ministries International

ትምህርት 5

የትምህርቱ ዕቅድ

ዮሴፍና ቤተ ሰቡ

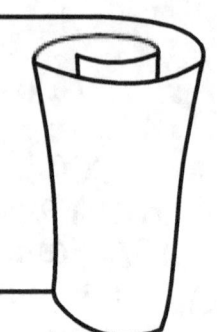

አስተማሪው :- ________________________________

የዛሬው የመጽሐፍ ቅዱስ ምንባብ:- ዘፍጥረት 45፡1-46 ፤ 34

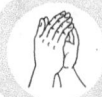

የእንኳን መጣችሁ ጸሎት:-

ትምህርቱን ከመጀመርህ በፊት ከልጆቹ ጋር አጭር ጸሎት አድርግ።

የትምህርቱ ግቦች:-

በዚህ ትምህርት ልጆቹ:-

1. ዮሴፍ ከወንድሞቹ ጋር እንደገና እንዴ ተገናኘ
2. የዮሴፍ ቤተ ሰቦች ወደ ግብፅ መምጣታቸውን ይማራሉ።

ይህን ታውቃላችሁ?

ከመቶዎች ዓመታት በኋላ እስራኤላውያን ከግብፅ ሲወጡ፣ የዮሴፍን አጥንት ይዘው ነበር የሄዱት (ኢያሱ 24፡32)።

የመጽሐፍ ቅዱስ ትምህርት ዳሰሳ:-

ዮሴፍ ወንድሞቹ ፊት ቆመ። ‹‹እኔ ዮሴፍ ነኝ›› አላቸው። ‹‹ለመሆኑ አባቴ እስካሁን በሕይወት አለ?›› ወንድሞቹ በጣም ደነገጡ። ይህን ያህል ዘመን ለመከራ ስለዳረጉት ዮሴፍ ይቀጣቸው ይሆን? ዮሴፍ ግን ወንድሞቹን ወደዳቸው። ‹‹እኔ ወደ ግብፅ እንድመጣ የእግዚአብሔር ዕቅድ ነበር። ሕይወት ለማዳን ወደዚህ ያመጣኝ እርሱ ነው።›› ፈርዖን ስለ ዮሴፍ ቤተ ሰቦች ሲሰማ ዮሴፍን፣ ‹‹እዚህ እንዲኖሩ ወደ ግብፅ አምጣቸው። ለጉዞው የሚያስፈልገውን ሰረገላዎች እሰጣለሁ። በግብፅ ምርጥ የተባለውን መሬት እሰጣቸኋለሁ›› አለው። ከጥቂት ጊዜ በኋላ ያዕቆብና (እስራኤል) ቤተ ሰቡ ወደ ግብፅ መጡ። ያዕቆብ ዮሴፍን ሲያይ፣ ‹‹አሁን በሰላም እሞታለሁ ልጄን በሕይወት አይቻለሁ!›› በማለት አለቀሰ። ፈርዖን ቃሉን ጠበቀ። ለዮሴፍ ቤተ ሰብ በግብፅ ጌሤም በሚባል ቦታ መልካም መሬት ሰጣቸው።

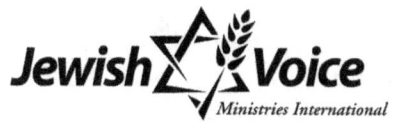

Jewish Voice Ministries International

ትምህርቱን እንከልስ፡-

ለተማሪዎቹ ጥያቄዎች፡-

1. የዮሴፍ ወንድሞች የደነገጡት ለምን ይመስላችኋል?
2. ዮሴፍ ወንድሞቹን ያልተቆጣው ለምንድነው?
3. የዮሴፍ ቤተ ሰብ ወደ ግብፅ እንዲመጡ ፈርዖን እንዴት ነበር የረዳቸው?
4. ዘፍጥረት 46፥8-27 አንብቡ። ከያዕቆብ ጋር ወደ ግብፅ የሄዱ እነማን ነበሩ?
5. ዮሴፍ አባቱን ሲያይ ምን ነበር ያደረገው?

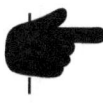

የእግዚአብሔርን ቃል እንዲያስታውሱ ልጆችን ለመርዳት በቃል የሚያዝ ጥቅስ፡-

‹‹ነገር ግን እግዚአብሔር ሕይወታችሁን በታላቅ ማዳን ለመታደግና ዘራችሁ ከምድር ላይ እንዳይጠፋ በማሰብ ከእናንተ አስቀድሞ ወደዚህ ላከኝ።›› (ዘፍጥረት 45፥7)

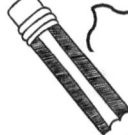

የሚደረጉ ነገሮች፡-

አጭር የመጽሐፍ ቅዱስ ጥያቄ፡- ዮሴፍ እንደገና ከቤተ ሰቡ ጋር ተገናኘ።
ከለር መቀባት፡- ዘፍጥረት 45፥5
ቃላት ማገጣጠም፡- ዮሴፍ ለአባቱ የሰጠው ምንድነው?
ከለር መቀባት፡- ፈርዖን
መሥሪያ ገጽ፡- ያዕቆብ ወደ ግብፅ ሄደ
መሥሪያ ገጽ፡- አሥራ ሁለቱ የእስራኤል ነገዶች
ጠመዝማዛው መንገድ፡- ወደ ግብፅ መጓዝ
መሥሪያ ገጽ፡- የጥንት ቅርብ ምሥራቅ ሰዎች
ዕብራይስጥ እንማር፡- ያዕቆብ
መሥሪያ ገጽ፡- የግብፃውያን ቤት
ጥናታዊ መሥሪያ ገጽ፡- የዮሴፍ መቃብር?

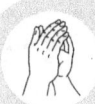

የመዝጊያ ጸሎት

በአጭር ጸሎት ትምህርቱን አብቃ።

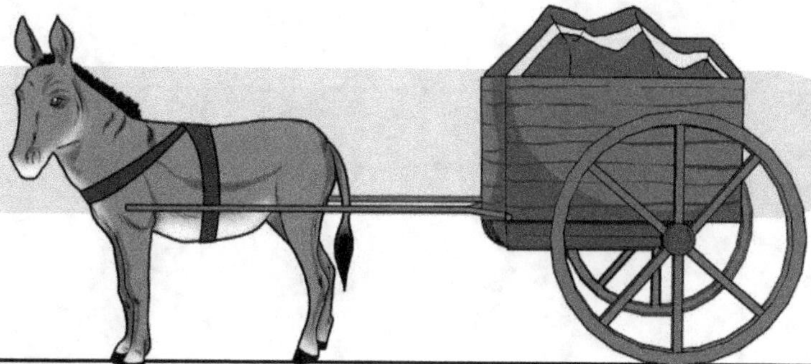

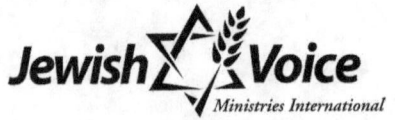

Jewish Voice Ministries International

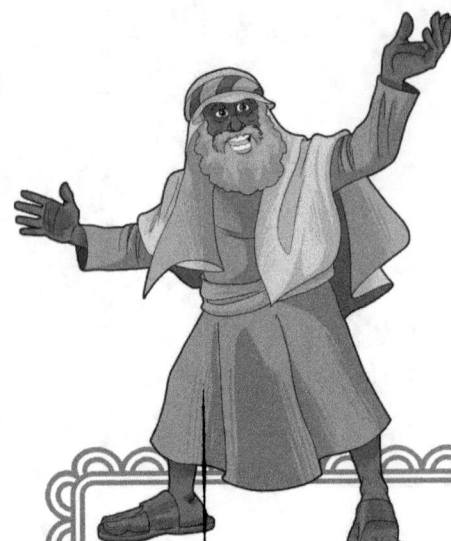

ዮሴፍ እንደገና ከቤተ ሰቡ ጋር ተገናኘ

ዘፍጥረት 45፥1-47፥31 አንብቡ። ከታች ላሉት ጥያቄዎች መልስ ስጡ።

1. ዘፍጥረት 45፥3 ላይ ዮሴፍ ለወንድሞቹ ምን አላቸው? ....
2. በግብፅ ምድር ራብ የነበረው ለምን ያህል ጊዜ ነው? ....
3. ወደ ከነዓን ምድር እንዲወስዱ ዮሴፍ ለወንድሞቹ የሰጣቸው ምንድነው? ....
4. በቤርሳቤህ እግዚአብሔር ለእስራኤል ምን ነገረው? ....
5. ወደ ግብፅ የመጡ የእስራኤል ቤተ ሰብ ምን ያህል ነበሩ? ....
6. እስራኤል ከእርሱ በፊት ወደ ዮሴፍ የላከው ማንን ነው? ....
7. ሲገናኙ እስራኤል ለዮሴፍ የነገረው ምንድነው? ....
8. የዮሴፍ ወንድሞች ሥራ ምን ነበር? ....
9. በግብፅ የዮሴፍ ወንድሞች የሚኖሩት የት ነበር? ....
10. እስራኤል ሲሞት ዕድሜው ስንት ነበር? ....

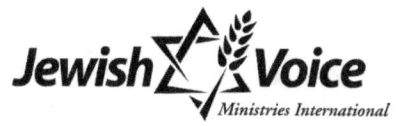

Jewish Voice Ministries International

<< አሁንም እኔን በመሸጣችሁ
አትቈጩ፤ በራሳችሁም አትዘኑ፤
ምክንያቱም እግዚአብሔር ስለ ከእናንተ
አስቀድሞ እኔን ወደዚህ ልኮኛል። >>

(ዘፍጥረት 45÷5)

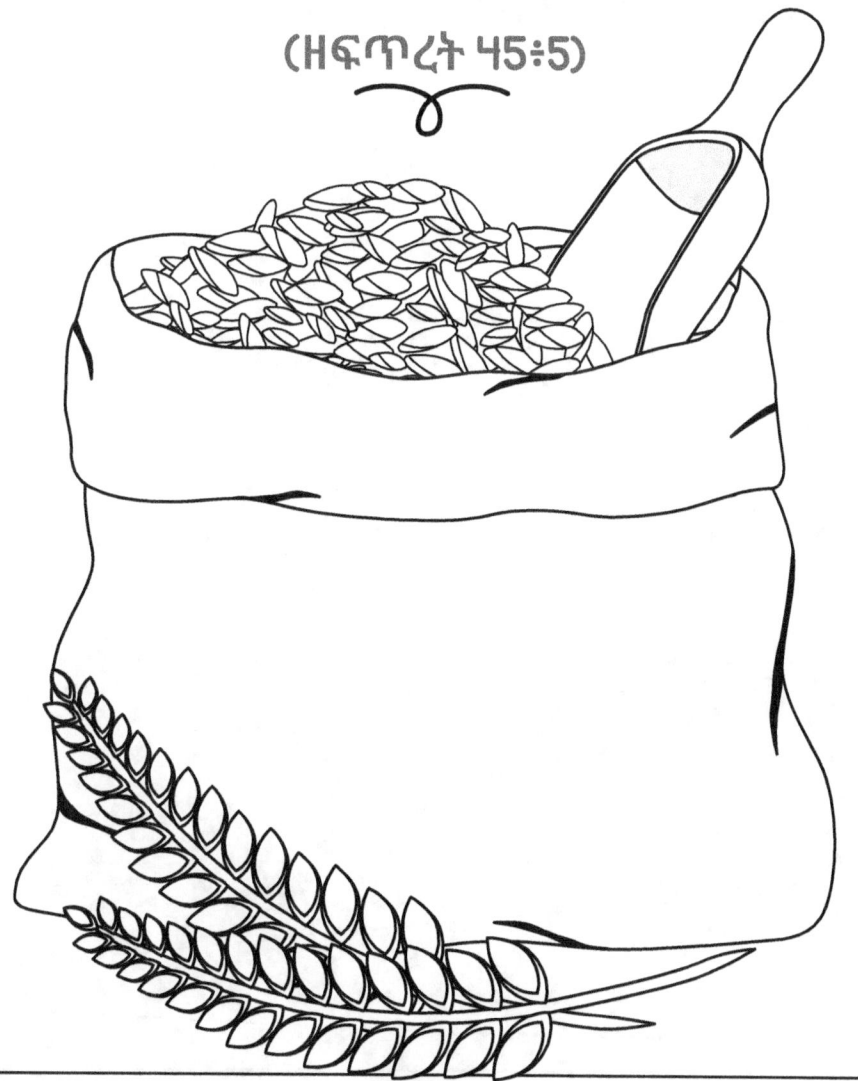

Jewish Voice Ministries International

ወደ ግብፅ ለሚደረገው ጉዞ ዮሴፍ ለአባቱ የላከው ምን ነበር?

መልሱን ለማግኘት ቃላቶቹን አገጣጥሙ። ፍንጭ፡- ዘፍጥረት 45፡23 አንብቡ።

ለአባቱም በግብፅ ምድር ከሚገኘው

____

የተመረጠ ነገር በዐሥር አህዮች፣

____

እንዲሁም ለመንገድ ስንቅ

____

የሚሆነው እህል፣ ዳቦና ሌላ

____

ምግብ በዐሥር እንስት አህዮች

____

አስጭኖ ሰደደለት።

____

Jewish Voice Ministries International

ፈርዖን

ፈርዖን የግብፅ ንጉሥ ነበር። የኮብራ እንስት ጣዖት ምስል ያለበት አክሊል ያደርግ ነበር። ይህን አክሊል ለማድረግ የተፈቀደለት ፈርዖን ብቻ ነበር። አፈ ታሪክ እንደሚለው ጠላቶቻቸው ላይ እሳት በመትፋት ፈርዖንን ትረዳው ነበር። ዮሴፍ በሕይወት ሳለ ቤተ ሰቡን ወደ ግብፅ እንዲያመጣ ፈርዖን ረዳው። በመስታወት ሲታይ ግራ ጐኑ የሚሆነውን የፈርዖንን ቀኝ ጐን ሳሉ።

Jewish Voice Ministries International

ዮሴፍ ወደ ግብፅ ሄደ (አዲስ ሥራ)

ከታች ያሉት ዐረፍተ ነገሮች እውነት ናቸው ወይስ ሐሰት? ዘፍጥረት 45፡1-47፡12 አንብቡ። ከታች ያለውን ትክክለኛ ሳጥን ክበቡት።

በቤርሳቤህ ያዕቆብ ለፈርዖን ጣዖቶች መሥዋዕት አቀረበ	እውነት	ሐሰት
80 የያዕቆብ ቤተ ሰቦች ወደ ግብፅ ሄዱ	እውነት	ሐሰት
ከዮሴፍ ጋር እንዲገናኝ ያዕቆብ ከእርሱ በፊት የላከው አሴርን ነበር	እውነት	ሐሰት
ያዕቆብና ቤተ ሰቡ በጌሤም ምድር ኖሩ	እውነት	ሐሰት
ያዕቆብ ፈርዖንን ሲያገኘው ዕድሜ 130 ዓመት ነበር	እውነት	ሐሰት
ዮሴፍ ለቤተ ሰቡ ጥሩ ትምህርት ሰጥቷቸዋል	እውነት	ሐሰት

ግብፃውያን ማንኛውንም
እረኛ የሚጸየፉት ለምን
ይመስላችኋል?
(ዘፍጥረት 46፡34)

Jewish Voice Ministries International

አሥራ ሁለት የእስራኤል ነገዶች

አሥራ ሁለቱ የእስራኤል ነገዶች የተጠሩት ከያዕቆብ (እስራኤል) ወንዶች ልጆችና የልጅ ልጆች በኋላ ነበር። ያዕቆብና ልያ ስድስት ወንዶች ልጆች ነበሩዋቸው። እነርሱም፡- ሮቤል፣ ስምዖን፣ ሌዊ፣ ይሁዳ፣ ይሳኮር እና ዛብሎን ናቸው። የልያ አገልጋይ ዘለፋ ጋድ እና አሴርን ወለደች፤ ራሔል (የያዕቆብ ሁለተኛ ሚስት) ሁለት ወንዶች ልጆች ነበሩዋት፤ እነርሱም፡ - ዮሴፍና ብንያም ናቸው። የራሔል አገልጋይ ሁለት ወንዶች ልጆች ወለደች፤ እነርሱም፡ - ዳን እና ንፍታሌም ናቸው። በዮሴፍ ስም የተጠራ ነገድ ባይኖርም፣ ምናሴና ኤፍሬም በሚባሉት የዮሴፍ ልጆች ሁለት፣ ‹‹እኩሌታ ነገዶች›› ተጠርተዋል። ዘዳግም 27፥12-13 አንብቡ። ታች ባሉት ዐለቶች ላይ የአሥራ ሁለቱን የእስራኤል ነገዶች ስሞች ጻፉ።

Jewish Voice Ministries International

ወደ ግብፅ መሄድ

ወደ ግብፅ መጥተው እንዲኖሩ ፈርዖን የዮሴፍ ቤተ ሰቦችን ጋበዛቸው። ያዕቆብና (እስራኤል) ቤተ ሰቡ ወደ ጌሤም ምድር የሚሄዱበትን መንገድ አሳዩዋቸው።

የዮሴፍ ሕይወት መሥሪያ መጽሐፍ

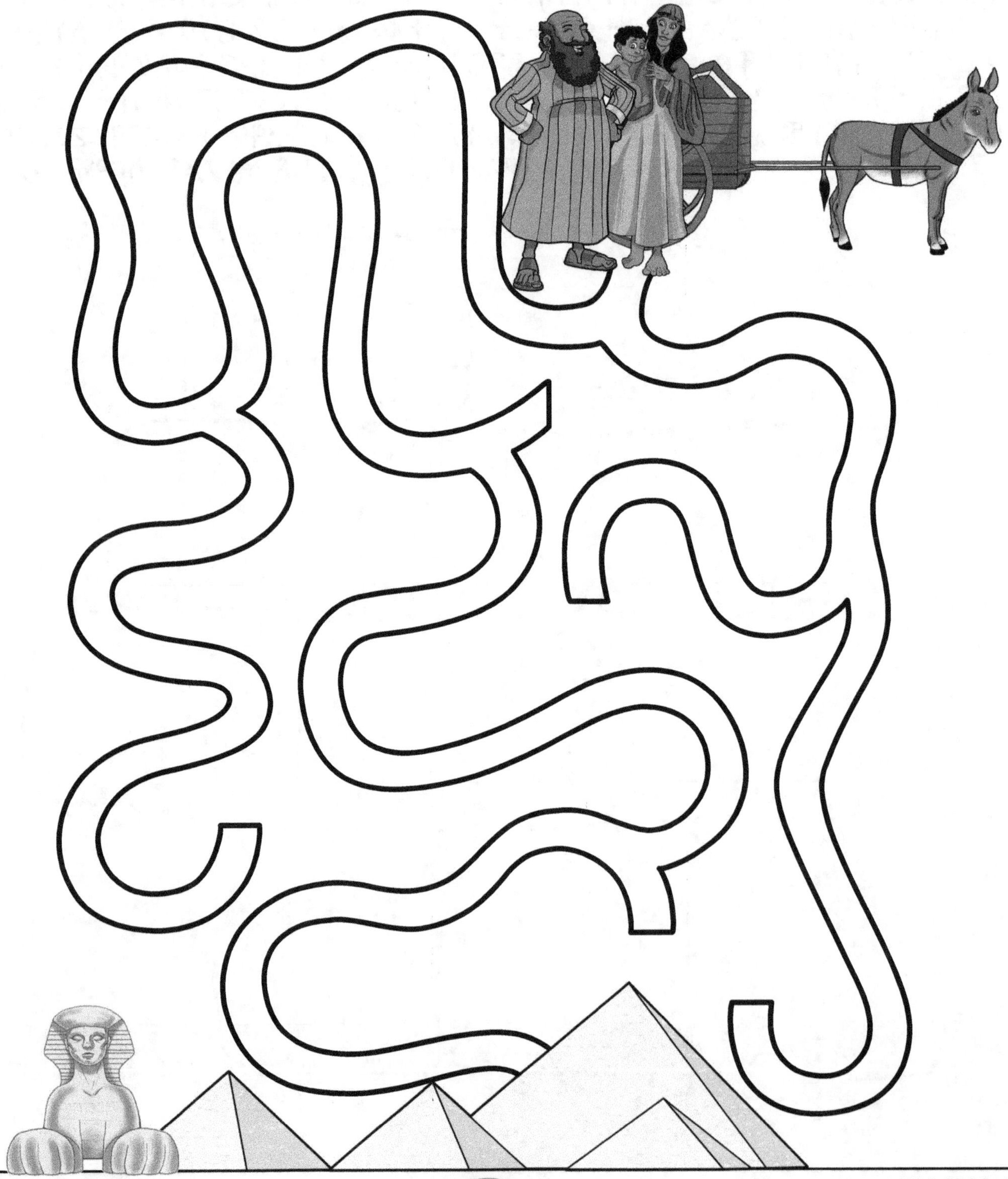

Jewish Voice Ministries International

የጥንት ቅርብ ምሥራቅ ሰዎች

ዮሴፍ ግብፅን ይገዛ በነበረበት ዘመን ኀይለኛ ራብ ነበር። ለሰባት ዓመት በግብፅም ሆነ በጥንት ቅርብ ምሥራቅ የትም ቦታ እህል አልበቀለም ነበር። በዚህ ምክንያት እህል ለመግዛት ከተለያዩ አካባቢዎች ብዙ ሰዎች ወደ ግብፅ ይመጡ ነበር። ወደ ግብፅ በመምጣት ላይ ሳሉ የዮሴፍ ቤተ ሰቦች ያዩዋቸውን ሰዎችና እንስሳት ሳሉ።

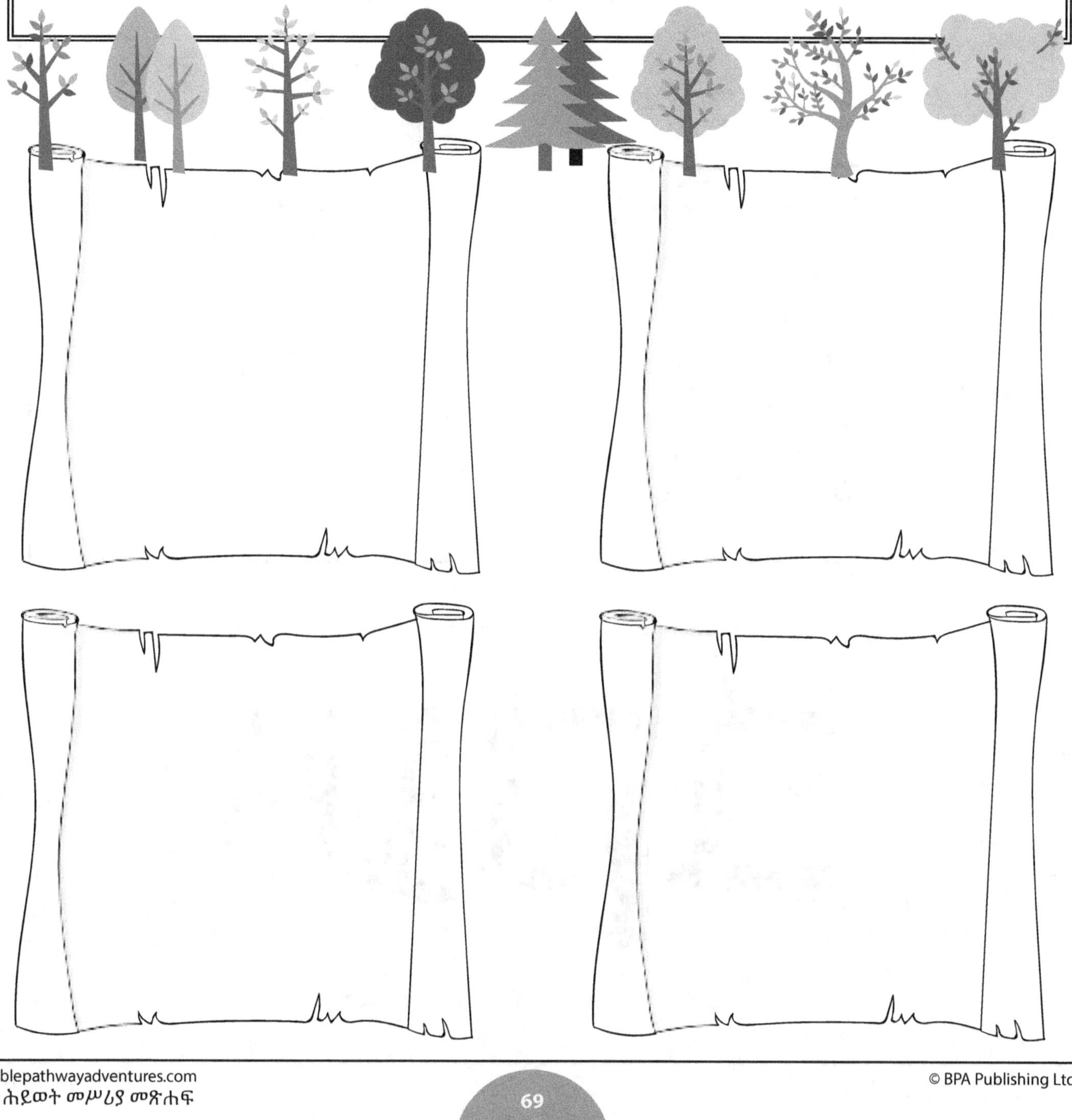

Jewish Voice Ministries International

ያ’ አኮቭ

የያዕቆብ ዕብራይስጥ ስም፣ ያ’አኮብ ነው። ያዕቆብ ከአራት ሴቶች አሥራ ሁለት ወንዶች ልጆች እንደ ወለደ መጽሐፍ ቅዱስ ይናገራል፤ ሚስቶቹ ልያ እና ራሔል ናቸው፤ ዕቁባቶቹ ባለ እና ዘለፋ ናቸው። ‹‹ከእግዚአብሔርም ከሰዎችም ጋር ታግለህ አሸንፈሃልና›› በማለት እግዚአብሔር የያዕቆብን ስም ወደ እስራኤል ለወጠው። (ዘፍጥረት 32፥28)

יַעֲקֹב
ያዕቆብ

יעקב

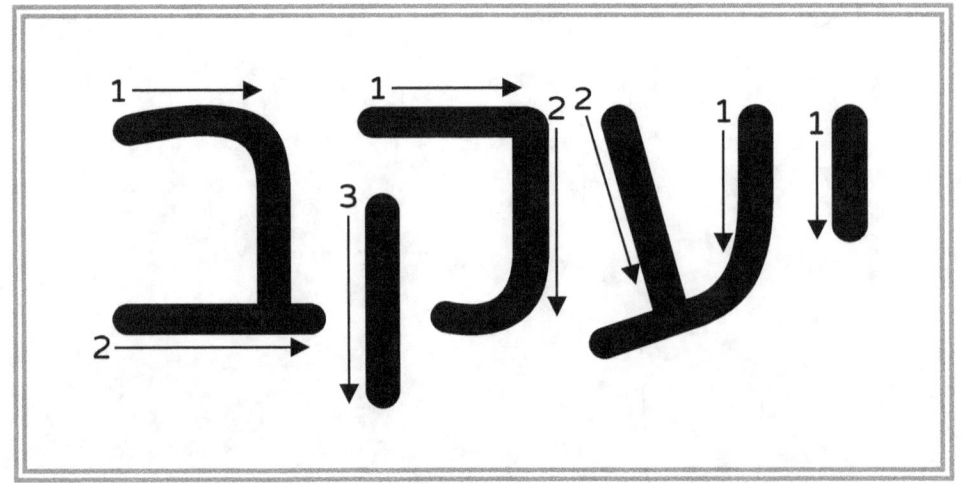

Jewish Voice Ministries International

እንጻፍ!

ከታች ባሉት መስመሮች የያዕቆብን ዕብራይስጥ ስም መጻፍ ተለማመዱ።

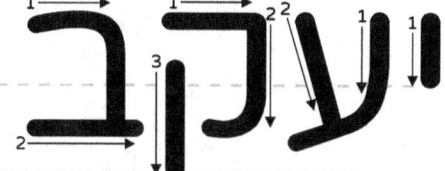

יעקב

יעקב

ይህን በራሳችሁ ሞክሩ፤ ዕብራይስጥ
የሚጻፈው ከቀኝ ወደ ግራ መሆኑን አስታውሱ።

የግብፃውያን ቤት

በጥንት ግብፅ ግብፃውያን ገበሬዎችና ሠራተኞች በጭቃና በሸክላ በተሠሩ ተራ ቤቶች ውስጥ ነበር የሚኖሩት። እነዚህ ቤቶች የአንድ ሸክላ ውፍረት ያላቸው ነጠላ ግድግዳዎች ነበሩዋቸው። እያንዳንዱ ቤት የራሱ ግቢ ነበረው፤ ግቢው አጥር ብቻ እንጂ፣ ጣራ አልነበረውም። የዮሴፍ ወንድሞች እረኞች ነበሩ። ወደ ግብፅ ምድር ሲመጡ ይኖሩ የነበረው በእንዲህ ያለ ቤት ውስጥ ነበርን? ስዕሉን ከለር ቀቡት።

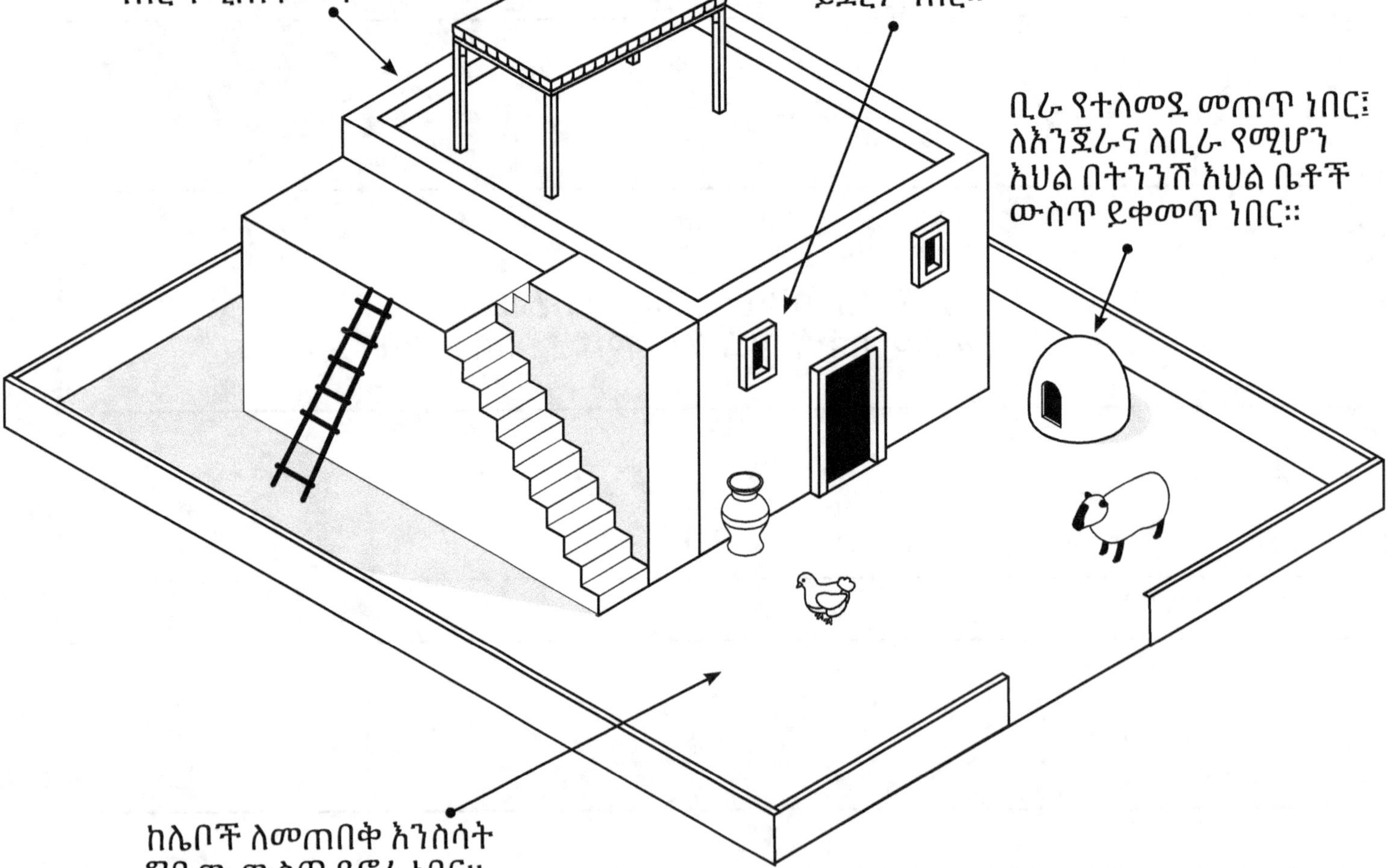

ግብፃውያን ለመብላትም ሆነ ለመተኛት ጠፍጣፋ በሆነ ጣራ ነበር የሚጠቀሙት።
አሸዋ እንዳይገባና ቤቱ ቀዝቃዛ እንዲሆን ከፍ ብሎ መስኮቶች ይደረጉ ነበር።
ቢራ የተለመደ መጠጥ ነበር፤ ለእንጀራና ለቢራ የሚሆን እህል በትንንሽ እህል ቤቶች ውስጥ ይቀመጥ ነበር።
ከሌቦች ለመጠበቅ እንስሳት ግቢው ውስጥ ይኖሩ ነበር።

Jewish Voice Ministries International

የዮሴፍ መቃብር?

አርኪዎሎጂስቶች የዮሴፍን መቃብር አግኝተዋልን? መጽሐፍ ቅዱስ የጌሤም ምድር በሚለው የዐባይ ዴልል አካባቢ በሚገኘው ቴል-ኤል-ዳባ በቅርቡ የተደረገ ቁፋሮ የጥንቱ የአቫሪስ ከተማ መሆኑን አመልክቷል። አርኪዎሎጂስቶች አትክልት ቦታዎችና የመቃብር ቦታ ያለው ትልቅ የግብፃውያን ቤተ መንግሥት ያገኙት እዚህ ነበር፤ በቦታው ጥቂት መቃብሮች ነበሩ። ትልቁ መቃብር (በፒራሚድ ቅርጽ የተሠራው) ፊት ለፊቱ ትንሽ የጸሎት ቦታ ያለው አንድ ክፍል ነበር፡ ፡ መቃብሩ ቢዘረፍ እንኳ አርኬዎሎጂስቶች የሐውልት ስብርባሪ አግኝተው ነበር። ሐውልቱ በጣም ቢሰባበርም የተገኘውን ሲገጣጥሙ የማን መሆኑን ማመልከት ችሏል።

ሐውልቱ በግብፅ መንግሥት የአንድ ትልቅ ባለ ሥልጣን የነበረ ሰው ነበር። ቆዳው ቢጫ ሲሆን፣ ይህም በግብፅ ኪነ ጥበብ የተለመደ ወንድ እስያዊ ነበር የሚያመለክተው። የእንጉዳይ ዐይነት ጠጉር ሥራ ነበረው፤ ቀይ ተቀብቷል፤ በግብፅ ኪነ ጥበብ የተለመደ እስያዊ ሥራ ሲሆን፣ ሐውልቱ በሚገባ የተላጨና ባለ ብዙ ቀለም ኮት የለበሰ ነበር። በግብፃውያን ሒሮግሊፍ የሌላ አገር ሰው መሆኑን የሚያመለክት ጭረት ቀኝ ትከሻው ላይ ተገኝቷል። ይህ ሰው በግብፅ መንግሥት ትልቅ ሥልጣን የነበረው አንድ ከነዓናዊ ሊሆን እንደሚችል ታስቦአል።

የዮሴፍን ከለር ቀቡ!

ቴል ኤል-ዳባ ውስጥ አርኬዎሎጂስቶች ያገኙት ምን ነበር?

....

ተጨማሪ ጥናት አድርጉ። ምን ታስባላችሁ? ይህ የዮሴፍ መቃብር ነውን?

....

የእጅ ሥራዎችና ፕሮጀክቶች

በግ እንሥራ!

ዮሴፍ ወደ ወንድሞቹ ሲመጣ፣ ኮቱን አውልቀው ውሃ ባልነበረበት ጉድጓድ ውስጥ ጣሉት። ስዕሉን ለማሟላት ዮሴፍንና ወንድሞቹን ሳሉ።

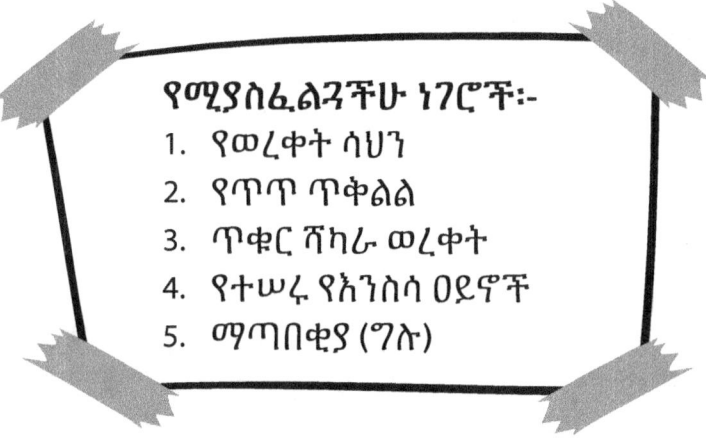

የሚያስፈልጓችሁ ነገሮች፡-

1. የወረቀት ሳህን
2. የጥጥ ጥቅልል
3. ጥቁር ሻካራ ወረቀት
4. የተሠሩ የእንስሳ ዐይኖች
5. ማጣበቂያ (ግሉ)

ዝግጅት፡- ቀጥሎ ካለው ገጽ ንድፍ የበግ ፊት፣ እግሮችና ጆሮዎች መቁረጥ።

መመሪያዎች፡-

1. የወረቀት ሳህኑን በማጣበቂያው መቀባት። ማጣበቂያው ላይ የጥጥ ኳሱን ማድረግ።
2. የተለያዩ አካል ምስሎች ካሉት ስዕል የበግ ፊት እና ዐይኖች እንዲያገኝ ልጁን እርዱ።
3. የበጉን ራስና እግሮች ጥጡ ኳስ ላይ ማጣበቅ።

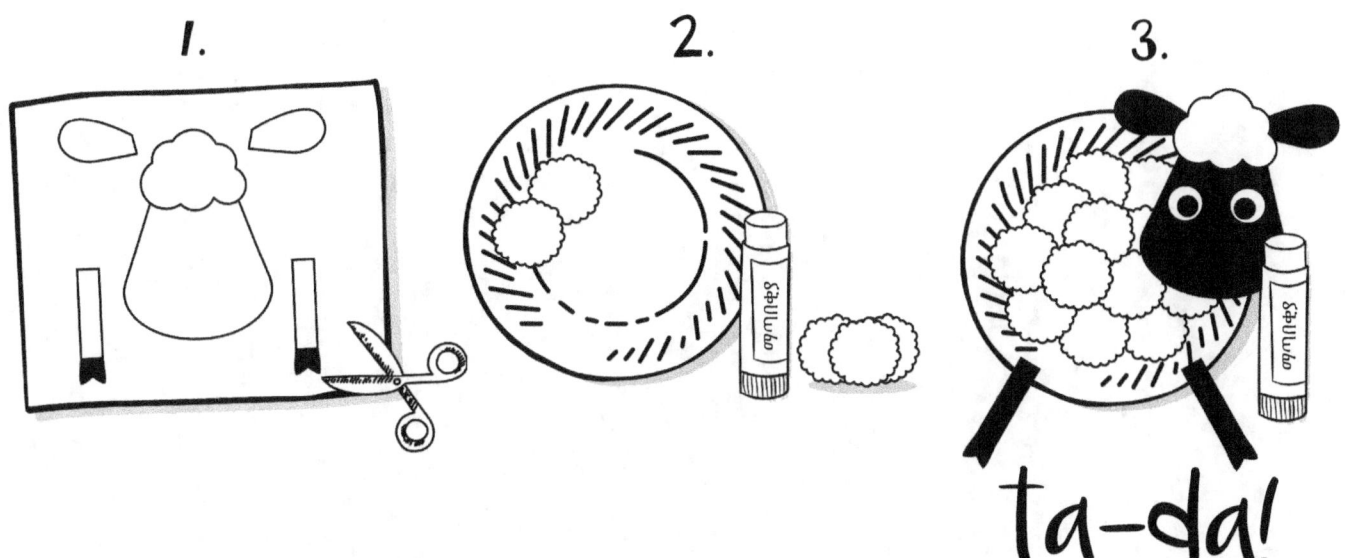

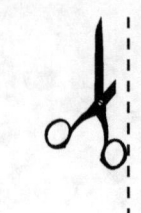

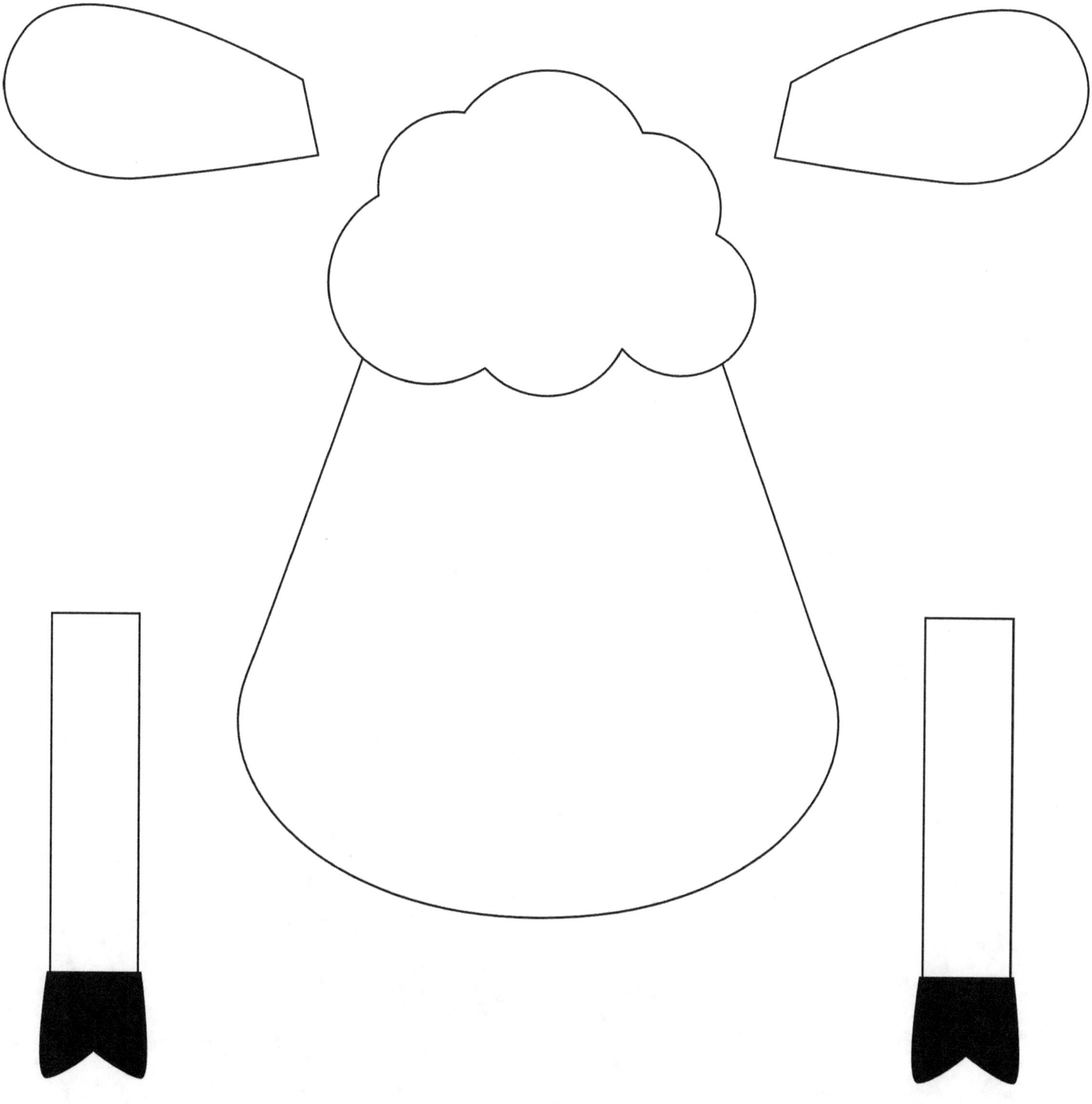

ይህን ያለው ማን ነው?

ዘፍጥረት 37፥1-36 አንብቡ። የመጽሐፍ ቅዱስን ምስል ከለር ቀቡ፤ ቆርጣችሁ አውጡ። የመጽሐፍ ቅዱስ ጥቅሶቹን ያንን ከተናገረው ሰው ጋር አዛምዱ።

1\. ‹‹ወንድሞቼን እየፈለግኋቸው ነው፤ መንጎቻቸውን የት እንዳሰማሩ ልትነግረኝ ትችላለህ?›› —ዘፍጥረት 37፥16

2\. ‹‹ለእስማኤላውያን ነጋዴዎች እንሽጠው፤ እጃችንን በእርሱ ላይ አናንሣ›› —ዘፍጥረት 37፥27

3\. ‹‹ብላቴናው ጉድጓድ ውስጥ የለም፤ የት አባቴ ልሂድ?›› —ዘፍጥረት 37፥30

4\. ‹‹ይህማ የልጄ እጀ ጠባብ ነው! ክፉ አውሬ በልቶታል...›› —ዘፍጥረት 37፥33

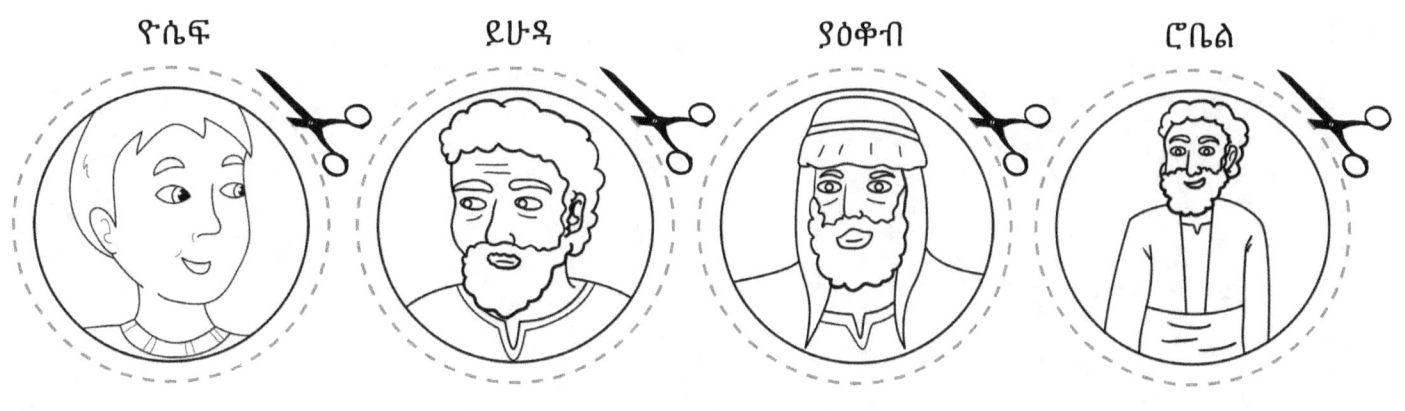

ዮሴፍ

ይሁዳ

ያዕቆብ

ሮቤል

Jewish Voice Ministries International

መልሶቹ

ትምህርት አንድ፡- የዮሴፍ ሕልም
እንከልስ፡-

1. ዮሴፍ
2. ዮሴፍ እረኛ ነበር
3. ዮሴፍን ምን ያህል እንደሚወድ ለልጆቹ ለማሳየትና የሥልጣን ምልክት እንዲሆን
4. ያዕቆብ በጣም ስለሚወደው በእርሱ ቀኑበት
5. በመጀመሪያው ሕልም የዮሴፍ ቤተ ሰብ ነዶ እያሰሩ ነበር፡ ፡ የእነርሱ ነዶዎች ሁሉ ወድቀው ለዮሴፍ ነዶ ሰገዱ። በሁለተኛው ሕልም ፀሐይ፣ ጨረቃና አሥራ አንድ ኮከቦች ወድቀው ለዮሴፍ ሰገዱ።

አጭር የመጽሐፍ ቅዱስ ጥያቄ፡- የዮሴፍ ኮት

1. የከነዓን ምድር
2. አሥራ ሰባት ዓመት
3. ባላ እና ዘለፋ
4. ኮት
5. ከሌሎቹ ልጆቹ ይበልጥ ዮሴፍን ወደደ
6. የዮሴፍ ወንድሞች ጠሉት
7. ሁለት ሕልሞች
8. የታሰሩ ነዶዎች ለዮሴፍ ነዶ ሰገዱ
9. ፀሐይ፣ ጨረቃና ኮከቦች
10. ያዕቆብ ገሠጸው

ጥናታዊ መሥሪያ ገጽ፡- የዮሴፍ ኮት

1. ‹ኬቶኔት ፓሲም› ማለት፣ ‹‹የተለየ እጀ ጠባብ›› ወይም፣ ‹‹ባለ ረጅም እጅጌ ቀሚስ›› ማለት ነው።
2. ዮሴፍ ታላላቅ ወንድሞቹ ላይ ሥልጣን ስላለው ይሆን?

የያዕቆብ ቤተ ሰብ

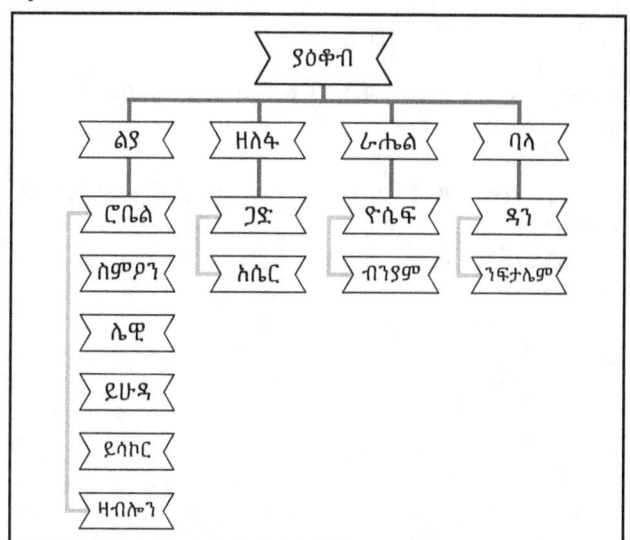

ከለር መቀባት፡- ዮሴፍ

1. ባለ ረጅም እጅጌ ቀሚስ
2. የስንዴ ነዶዎች ለሌሎች ነዶዎች ሰገዱ
3. ጉድጓድ ውስጥ ጣሉት፤ ለባዕድ ሰዎች ሸጡት

ቃሉ ምን ይላል?

ዮሴፍ ሕልም አለመ፤ ለወንድሞቹ ሲነግራቸው የበለጠ ጠሉት፡ ፡ ‹‹ያየሁትን ሕልም ልንገራችሁ አድምጡኝ፤ እኛ ሁላችን በእርሻ ውስጥ ነዶ እናስር ነበር፤ የእኔ ነዶ በድንገት ተነሥታ ቀጥ ብላ ቆመች፤ የእናንተ ነዶዎች ዙሪያዋን ከበው ለእኔ ነዶ ሰገዱላት። ›› ወንድሞቹም፣ ‹‹ለካስ በላያችን ለመንገሥ ታስባለህና ለመሆኑ አንተ እኛን ልትገዛ!›› አሉት። ስለ ሕልሙም ስለ ተናገረው ቃል ከፊት ይልቅ ጠሉት። እንደገናም ሌላ ሕልም አለመ፤ ለወንድሞቹም፣ ‹‹እነሆ ሌላ ሕልም አለምሁ፤ ፀሐይና ጨረቃ፣ አሥራ አንድ ከዋክብትም ሲሰግዱልኝ አየሁ›› ብሎ ነገራቸው ሕልሙን ለአባቱና ለወንድሞቹ በነገራቸው ጊዜ፣ አባቱ፣ ‹‹ይህ ያየኸው ሕልም ምንድን ነው? እኔና እናትህ ወንድሞችህም በፊትህ ወደ ምድር ተጐንብሰን በእርግጥ ልንሰግድልህ ነው?›› ሲል ገሠጸው። ወንድሞቹ ቀኑበት፤ አባቱ ግን ነገሩን በልቡ ያዘው።

ትምህርት ሁለት፡- ለባርነት ተሸጠ
እንከልስ፡-

1. ያዕቆብ ዮሴፍ ወንድሞቹን እንዲያገኝ ፈለገ
2. ልብሱን አስወልቀው ጉድጓድ ውስጥ ጣሉት። ከዚያም ለነጋዴዎች ሸጡት።
3. ሃያ ጥሬ ብር
4. ዮሴፍን ክፉ አውሬ በልቶታል
5. ጲጥፋራ

አጭር የመጽሐፍ ቅዱስ ጥያቄ፡- ለባርነት ተሸጠ

1. ሴኬም
2. ያዕቆብ (እስራኤል)
3. ዶታይን
4. እንግደለውና ከጉድጓዶቹ በአንዱ ውስጥ እንጣለው
5. ሮቤል
6. ዮሴፍን ልብሱን አስወልቀው ባዶ ጉድጓድ ውስጥ ጣሉት
7. ሽቱ፣ ቀባት፣ ከርቤ
8. ሃያ ጥሬ ብር
9. የወንድ ፍየል ደም
10. የግብፅ ምድር

ጥናታዊ ገጽ፡- የያዕቆብ ሚስቶችና ልጆች

1. የያዕቆብ መጀመሪያ ልጅ ሮቤል፣ ስምዖን፣ ሌዊ፣ ይሁዳ፣ ይሳኮር እና ዛብሎን
2. ዮሴፍና ብንያም

Jewish Voice Ministries International

መሥሪያ ገጽ፡- ይህን ያለው ማነው?

1 = ዮሴፍ
2 = ይሁዳ
3 = ሮቤል
4 = ያዕቆብ

መልስ መስጠት፣ ከለር መቀባት፡- ነጋዴዎቹ

1. ሽቱ፣ ቅባትና ከርቤ
2. ሃያ ጥሬ ብር
3. የፈርዖን ባለ ሥልጣን ጲጥፋራ

ትምህርት ሦስት፡- የፈርዖን ሕልም
እንከልስ፡-

1. ዮሴፍ ከእርሷ ጋር መተኛት እንቢ ስላለ
2. ፈርዖን የመጠጥ ኀላፊውን ወደ ቦታው ይመልሰዋል፤ የእንጀራ ቤቱን ይሰቅለዋል
3. በመጀመሪያው ሕልም ሰባት የወፈሩና ሰባት የከሱ ላሞች አየ በሁለተኛው ሕልም ሰባት ያማረ ዘለላ ያላቸውና ሰባት የጠወለጉ የእህል ዘለላዎች አየ
4. ዮሴፍ የሁለቱን የፈርዖን ሕልሞች ትርጕም ተናገረ
5. ፈርዖን ዮሴፍን ወደደው፤ የግብፅ ገዥ (ቪዚየር) አደረገው

Bible quiz: Joseph in prison

1. ጲጥፋራ፣ ግብፃዊው
2. የጲጥፋራን ሚስት በማጥቃት በሐሰት ተከሰሰ
3. የዘበኞቹ አለቃ
4. የፈርዖን እንጀራ ቤትና መጠጥ ቤት
5. የመጠጥ ኀላፊው
6. የእንጀራ ቤቱ
7. ዮሴፍ
8. የእንጀራ ቤቱ
9. የዐባይ ወንዝ
10. የመጠጥ ኀላፊው

መልስ መስጠት፤ ከለር መቀባት፡- ዮሴፍ የጲጥፋራን ሚስት እንቢ አለ

1. ዮሴፍ ከጌታው ሚስት ጋር መተኛት በእግዚአብሔር ፊት ኀጢአት መሆኑን አወቀ
2. የጲጥፋራ ሚስት ከዮሴፍ ጋር መተኛት ስለ ፈለገችከ
3. የጲጥፋራ ሚስት ዮሴፍ ሊደፍራት እንደ ሞከረ ለጲጥፋራ በሐሰት ተናገረች

ጥናታዊ ገጽ፡- የጥንት ግብፃውያን ሕልሞች

1. የወደ ፊቱን ለመናገር፣ በሽታ ለመፈወስ፣ አስፈላጊ ውሳኔዎች ለማድረግ፣ ቤተ መቅደስ የት እንደሚሠራ፣ ወይም መቼ ጦርነት መደረግ እንዳለበት።
2. ምክር ያለው ሕልም ለማየት፣ ለመጽናናት ወይም ለፈውስ
3. እህል መፍጨት፣ ቢራ መጥመቅ፣ ሽመና፣ ዕይታ፣ ማማሰል እና መቀባት የመሳሰሉትን ሥራዎች የሚያመለክት የሕልሞች ዝርዝር

የመጽሐፍ ቅዱስ ቃሎች ማገጣጠም- ፈርዖን ዮሴፍን የሸለመው እንዴት ነበር?

ፈርዖን ዮሴፍን፣ ‹‹በመላዪቱ የግብፅ ምድር ኀላፊ አድርጌሃለሁ›› አለው።

ከለር መቀባት፡- ፈርዖን

1. የግብፅ ምድር
2. ወንድማማቾቹ ብንያምን ይዘው ወደ ግብፅ ይመለሳሉ
3. ቅባት፣ ማር፣ ቴምር፣ ለውዝ፣ ሽቱ፣ ከርቤ
4. ከታላላቆቹ ጀምሮ እስከ ታናሹ ድረስ ወንድማማቾቹ ተቀመጡ። ለብንያም የተሰጠው ድርሻ ከወንድሞቹ አምስት ጊዜ የበለጠ ነበር።
5. አገልጋዩ ዋንጫውን በመስረቅ ከሰሳቸው፤ ከዮሴፍ እንዲገናኙ ወሰዳቸው

ትምህርት አራት፡- የብር ዋንጫው
እንከልስ፡-

1. በከነዓን ምድር ራብ ነበር፤ እህል መግዛት ፈለጉ
2. ወንድማማቾቹ ብንያምን ይዘው ወደ ግብፅ ይመለሳሉ
3. ቅባት፣ ማር፣ ቴምር፣ ለውዝ፣ ሽቱ፣ ከርቤ
4. ከታላላቆቹ ጀምሮ እስከ ታናሹ ድረስ ወንድማማቾቹ ተቀመጡ። ለብንያም የተሰጠው ድርሻ ከወንድሞቹ አምስት ጊዜ የበለጠ ነበር።
5. አገልጋዩ ዋንጫውን በመስረቅ ከሰሳቸው፤ ከዮሴፍ እንዲገናኙ ወሰዳቸው

አጭር የመጽሐፍ ቅዱስ ጥያቄ፡- የዮሴፍ ወንድሞች

1. እህል ለመግዛት
2. ዮሴፍ
3. ሰላዮች
4. ስምዖን
5. አህያ
6. ገንዘብ
7. ማር፣ ተምር፣ ለውዝ፣ ሽቱ እና ከርቤ
8. ከወንድሞቹ አምስት ጊዜ የበለጠ
9. የብንያም ስልቻ
10. ልብሳቸውን ቀደዱ፤ አህዮቻቸውን ጫኑ፣ ወደ ከተማ ተመለሱ

መልስ መስጠት፤ ከለር መቀባት፡- የዮሴፍ ወንድሞች በግብፅ

1. እህል ለመግዛት
2. ገንዘብና አስፈላጊ ነገሮች
3. አህያ

ቃሉ ምን ይላል?

ከዚህ በኋላ ዮሴፍ ለቤቱ አዛዥ እንዲህ ሲል መመሪያ ሰጠው፤ የሰዎቹ ስልቻ የሚይዘውን ብር በየስልቻቸው አፍ ከተተው፡ ፡ ከዚያም የብር ዋንጫዬን በታናሹ ወንድማቸው ስልቻ አፍ ከእህሉ ዋጋ ጋር ጨምረው። አዛዡም ዮሴፍ እንዳለው አደረገ። ጐሕ ሲቀድ ሰዎቹ ከእነአህዮቻቸው ተሸኙ። ከከተማው ምንም ያህል ርቀው ሳይሄዱ ዮሴፍ የቤቱን አዛዥ እንዲህ አለው፣ ‹‹እነዚያን ሰዎች ቶሎ ድረስባቸውና፣ ‹ለበጐ ነገር ስለምን ክፉ መለሳችሁ፣ ይህ ጌታዬ የሚጠጣበት፣ የተሰወረ ነገርም የሚያውቅበት ጽዋ አይደለምን? የፈጸማችሁት ድርጊት ክፉ ነው› በላቸው። የቤቱ አዛዥም እንደ ደረሰባቸው ልክ እንደ ተባለው ተናገራቸው። እነርሱ ግን እንዲህ አሉት፤ ‹‹ጌታችን እንዲህ ያለ ነገር ለምን ይናገራል? እኛ አገልጋዮችህ እንዲህ ያለውን ነገር አናደርገውም። ከዚህ ቀደምም በየስልቾቻችን አፍ የተገኘውን ብር ከከነዓን እንኳ መልሰን አምጥተናል፤ ታዲያ፣ አሁን ብር ወይም ወርቅ ከጌታህ ቤት እንዴት እንሰርቃን? የጠፋው ዕቃ ከአገልጋዮችህ የተገኘበት ይሙት፤ የቀረነው የጌታችን ባሮች እንሁን›› እርሱም፣ ‹‹መልካም ነው እንዳላችሁት ይሁን፤ ጽዋው የተገኘበት ሰው ባርያዬ ይሆናል፤ የቀራችሁት ግን ከበደሉ ነጻ ትሆናላችሁ›› አላቸው። እያንዳንዱም ሰው ጭነቱን ወዲያውኑ አራግፎ ስልቻውን ፈታ። ከዚያም አዛዡ ፍተሻውን ከታላቁ ጀምሮ እስከ ታናሹ ድረስ ቀጠለ። በመጨረሻም ጽዋው በብንያም ስልቻ ውስጥ ተገኘ።

ጥናታዊ መሥሪያ ገጽ፡- ግድቡን የሠራው ዮሴፍ ነውን?

1. ‹የዮሴፍ የውሃ መንገድ›
2. አሜሪካዊው ኢንጂነር የግድብ፣ የበዮች፣ የመጠጥ ውሃ መሄጃዎች እና ጥቂት መቶ ኪሎ ሜትሮች ከዐባይ ወንዝ ጋር ጐን ለጐን የሚሄድ የውሃ መተላለፊያ አገኘ። አል-ፋዩም ባለው ታላቁ ረባዳ ቦታ የዐባይ ወንዝ ሲያንስ ውሃ የሚሰጠው ማጠራቀሚያ ሰው ሠራሽ ሐይቅ አግኝቶአል።

ትምህርት አምስት፡- ዮሴፍና ቤተ ሰቡ
እንከልስ፡-

1. ልጆቹ ለዚህ ጥያቄ መልስ ይስጡ
2. ዮሴፍ ሕይወት ለማዳን እግዚአብሔር ወደ ግብፅ እንዳመጣው ያውቃል
3. ፈርዖን ለዮሴፍ ወንድሞች ምርጥ ሰረገላዎች ሰጣቸው። ግብፅ ሲደርሱ በጌሤም ምድር ምርጥ መሬት ሰጣቸው።
4. ምሁራን፡- ዘፍጥረት 46፤8-27 የዮሴፍ ቤተ ሰብ ዝርዝር ይገኛል
5. ዮሴፍ ሰረገላውን አዘጋጀ፤ አባቱን ለመገናኘት ወደ ጌሤም ምድር ሄደ። ዮሴፍ ያዕቆብን (እስራኤል) ሲያይ አንገቱ ላይ ተጠምጥሞ አለቀሰ። ከዚያም ያዕቆብ ዮሴፍን፣ ‹‹አሁን በሰላም እሞታለሁ፤ ፊትህን አይቻለሁ፤ በሕይወት መኖርህን አውቄአለሁ›› አለው።

አጭር የመጽሐፍ ቅዱስ ጥያቄ፡- ዮሴፍ ከቤተ ሰቡ ጋር ተገናኘ

1. ‹‹እኔ ዮሴፍ ነኝ፤ ለመሆኑ አባቴ እስካሁን በሕይወት አለ?››
2. ሁለት ዓመት
3. ስንቅ የሚሆኑ ነገሮች፣ ቀያሪ ልብሶች፣ የብር ሰቅል፣ አህዮች፣ ሰረገሎች
4. ‹‹ወደ ግብፅ ለመውረድ አትፍራ፤ በዚያ ታላቅ ሕዝብ አደርግሃለሁና፤ አብሬህ ወደ ግብፅ እወርዳለሁ፤ ከዚያም መልሼ አወጣሃለሁ።››
5. ሰባ ሰዎች
6. ይሁዳ
7. ‹‹በሕይወት መኖርህን ስላየሁ፣ ከእንግዲህ ብሞትም አይቈጨኝ።››
8. እረኞች ነበሩ
9. የጌሤም ምድር
10. 147 ዓመት

ቃላት ማገጣጠም፡- ዮሴፍ ለአባቱ የሰጠው ምንድነው?

‹‹በግብፅ ምድር ከሚገኘው የተመረጠ ነገር በዐሥር አህዮች፣ እንዲሁም ለመንገዱ ስንቅ የሚሆነው እህል፣ ዳቦና ሌላ ምግብ በዐሥር እንስት አህዮች አስጭኖ ሰደደለት።›› (ዘፍጥረት 45፤23)

መሥሪያ ገጽ፡- ያዕቆብ ወደ ግብፅ ሄደ

በቤርሳቤህ ያዕቆብ ለፈርዖን ጣዖቶች መሥዋዕት አቀረበ - ሐሰት
80 የያዕቆብ ቤተ ሰቦች ወደ ግብፅ ሄዱ - ሐሰት
ከዮሴፍ ጋር እንዲገናኝ ያዕቆብ ከእርሱ በፊት የላከው አሴርን ነበር - ሐሰት
ያዕቆብና ቤተ ሰቡ በጌሤም ምድር ኖሩ - እውነት
ያዕቆብ ፈርዖንን ሲያገኘው ዕድሜው 130 ዓመት ነበር - እውነት
ዮሴፍ ለቤተ ሰቡ ጥሩ ትምህርት ሰጥቷቸዋል - ሐሰት

መሥሪያ ገጽ፡- አሥራ ሁለቱ የእስራኤል ነገዶች

ሮቤል
ስምዖን
ሌዊ
ይሁዳ
ይሳኮር
ዛብሎን
ዳን
ንፍታሌም
ጋድ
አሴር
ዮሴፍ (በኋላ ላይ፣ የኤፍሬምና የምናሴ፣ ‹‹ነገድ አኩሌታ›› በመባል የተከፈሉት)
ብንያም

Jewish Voice Ministries International

ጥናታዊ ገጽ፡- የዮሴፍ መቃብር?

1. መጽሐፍ ቅዱስ የጌሤም ምድር በሚለው የዐባይ ዴልል አካባቢ በሚገኘው ቴል-ኤል ዳባ በቅርቡ የተደረገ ቁፋሮ የጥንቱ የአቫሪስ ከተማ መሆኑን አመልክቷል። አርኬዎሎጂስቶች አትክልት ቦታዎችና የመቃብር ቦታ ያለው የግብፃውያን ቤተ መንግሥት ያገኙት እዚያ ነበር፤ በቦታው ጥቂት መቃብሮች ነበሩ። ትልቁ መቃብር (በፒራሚድ ቅርጽ የተሠራው) ፊት ለፊት የጸሎት ቦታ ያለው አንድ ክፍል ነበር፡ ፡ መቃብሩ ቢዘረፍ እንኳ፣ አርኬዎሎጂስቶች የሐውልት ስብርባሪ አግኝተው ነበር።

Jewish Voice Ministries International

Jewish Voice Ministries International

www.jewishvoice.org